Conversational
Tagalog

Conversational Tagalog

**With Introductory
Lessons in the
Structure of
Tagalog**

by

**Rufino Alejandro, Ph. D.
Formerly Assistant Director,
Institute of National Language**

**Manila
1971**

National

Book Store
QUAD ALPHA CENTRUM BLDG.
125 Pioneer St., Mandaluyong City

Published by

National
Book Store

PCPM Certificate of
Registration No. SP 594

Printed by
Cacho Hermanos, Inc.
Pines Cor. Union Sts.,
Mandaluyong City

ISBN 971-08-1273-4

PREFACE

This book contains two parts and an appendix.

The first pages of Part I give useful pointers with regard to pronunciation, followed by a somewhat detailed explanation, with illustrative expressions, of the nature and function of certain grammatical elements. The pages following contain classified vocabulary lists with sample sentences, whenever deemed necessary, that in most cases read like utterances of people engaged in familiar conversation. A careful reading of the pages on accentuation, stress and pronunciation will prove very helpful. A special feature of Part I is the section on Connectives.

Part II introduces the reader to certain elementary notions with regard to the structure of Tagalog. Appropriate exercises are provided for the different types of structure. A little familiarity with these structural types could be of great help specially to those who would want to make a deeper study of the language.

The Appendix contains many helpful supplementary materials, not the least important of which is the section on the Conjugation of Tagalog Verbs.

The Reading Exercises cover varied and interesting topics, such as tourism, folk tales, and biography.

* * *

The Author

Malabon, Rizal
July, 1971

CONTENTS

PART II

APPENDIX

ix

PART I:

CONVERSATIONAL TAGALOG

ON PRONUNCIATION

Tagalog is easy to pronounce. It is very much like Spanish in this respect. The vowels do not have as many varied sounds as in English, and there are no combinations of silent consonants. The phonetic spelling in *italics* provided in this section is based on generally accepted English sounds and is intended as a guide to pronunciation throughout the book.

Tagalog vowels are pronounced according to the accent marks placed above them. These accent marks and the sounds they indicate are as follows:

acute accent .... á, é, í, ó, ú,
grave accent .... à, è, ì, ò, ù
circumflex accent .... â, ê, î, ô, û,

The acute accent indicates a slightly heavy vocal stress; the grave accent, a glottal catch achieved by the abrupt closing of the glottis; and the circumflex accent, a combination of the two. Unmarked vowels are, for the purpose of this section, pronounced as follows:

a ah
e eh
i ee
o oh
u oo

In advanced materials, the accent marks are no longer indicated.

THE ALPHABET

The modern Tagalog alphabet is a borrowed alphabet. The names of the letters are given phonetically below. The letters inclosed in parenthesis are used only in names of persons and places, and, in some instances, in certain foreign words borrowed into the language. In the case of Spanish loan words, of which there are now a big number, such letters, when written, are replaced according to the Tagalog sound system (b for v, s, for 'soft' c, k for 'hard' c, s for z, ts for ch, ny for ñ, h for j, ks for x, p for f, l or liy or ly for ll, depending upon the way it is' pronounced).

A a	ah	(J j)	hoh'tah	R r	er'reh
B b	beh	K k	kah	(RR rr)	er'rreh
(C c)	theh	L l	el'leh	S s	es seh
(CH ch)	cheh	(LL ll)	el'lee-eh	T t	teh
D d	deh	M m	em'meh	U u	oo
E e	eh	N n	en'neh	(V v)	veh
F f	ef'feh	(Ñ ñ)	en'nee-heh	W w	doh bleh
G g	heh	(NG ng)	en'neh-		-oo
H h	ah'cheh		heh	(X x)	eh'kees
I i	ee	O o	oh	Y y	ee'gree'
		P p	peh		aygah
		Q q	koo	Z z	seh tah

Substitutions of letters in the case of English loan words follow the same principle as in the case of the Spanish. Following are some examples:

From the Spanish		From the English	
cañon	kanyon	janitor	dyanitor
silla	silya	football	putbol
venta	benta	manager	manedyer
gancho	gantso	Speaker*	Ispiker
falsificado	palsipikado	boxing	boksing

FURTHER HELPS TO PRONUNCIATION

Practice in pronouncing these words is a good preparation for the sections that follow.

Words with the level stress (i.e., slight vocal stress in the penultimate syllable and no accent mark is used):

     mesa   meh sah   table

---

*The presiding officer in the House of Representatives.

2

basa	bah´ sah	read
sulat	soo°laht	write
bumasa	boo-mah´sah	to read
sumulat	soo-moo´laht	to write
kumain	koo-mah´een	to eat

Words with the acute accent mark:

isa	ee-sah´	one
dalawa	dah-lah-wah´	two
ako	ah-koh´	I
sila	see-lah´	they
bahin	bah-heen´	sneeze
ubo	oo-boh´	cough
kahon	kah-honn´	box, drawer

Words with the grave accent mark:

bagà	bah´ ga⁷	lung
ihì	ee´he⁷	urine
pusò	poo´so⁷	heart

Words with the circumflex accent mark:

bahâ	bah-ha⁷	flood
sanhî	sahn-hee⁷	cause (oppos. of effect)
punô	poo-no´⁷	full

Aside from the stresses illustrated above, there is also what is known as the antepenultimate stress. For example:

sámahan	sah´mah-hahn	association
mábasa	mah´bah sah	to have read accidentally or unexpectedly
makábunggô	mah-kah´boong-gó⁷	to have bumped someone accidentally
magbúbunga	mahg-boo´boo-ngah	will bear fruit

Not infrequently, two acute stresses may be found in a word, the first somewhat heavier than the second

---

*The symbol used here is arbitrary.

3

when the word is pronounced. For example:

Sábado	sah´ bah-doh´	Saturday
repúblika	reh-poó blee-kah´	republic

Note that the second acute stress is not signaled by an acute accent mark.

A final word.

Words pronounced with the glottal catch like punô pusò, walâ (none, non-existent), hindî (no, not), etc. lose the glottal catch sound when the substitute ligature -ng is attached to them, as in sariwang dahon, matabáng baka; and when immediately followed (1) by an adverbial particle, as walâ na[1] (there's no more), hindî pa (not yet), or (2) by the interrogative particle ba (pronounced bah). as hindî ba? (is it not so?). But the glottal catch sound is somewhat indistinctly retained when the word following begins with a vowel, as in hindî akó (not I), sirâ iyán (that's broken, torn)[2]

The glottal catch sound is also suppressed in the following: pusò mo (your heart), walâ raw (they say there's none, or, they say it's not there).

****

THE ARTICLES AND THE CONNECTIVES

It is important for the beginner to understand something about the Tagalog articles and connectives. These grammatical elements give the structure of the Tagalog sentence a certain peculiar characteristic the mastery of which is sure to make learning Tagalog relatively easy.

The Articles

There are two Tagalog articles: si and ang. Si is

The circumflex accent mark is retained, but the glottal catch sound is suppressed. The na here is different from the ligature na in function.

Sirâ means 'torn' or 'broken'. Iyán means 'that.' The other Tagalog demonstratives are itó (this) and iyón (that yonder).

4

classified as a personal article because it is used before the proper names of persons or of personified objects, as: **Si Juan** (John), **si Maria** (Maria), **si Bantay** (name of a dog; literally, 'Guard'). **Ang** is called a common article because it is used before common nouns (**ang bahay**, the house; **ang tubig**, the water), and before proper names treated as common nouns (**ang Maynila**, the Manila; **ang Juan**, the John). (See "More about Tagalog Articles" in the Appendix).

The Connectives

The Tagalog connectives consist of:

1) the ligatures   3) the conjunctive adverbs
2) the conjunctions   4) the prepositions
                               5) the relator

They will be explained and illustrated briefly below.
The Ligatures.

There are two ligatures: **na** and **ay.** They are used as follows:

Na. This ligature has a variant, **-ng.** The ligature **na** is used to connect a noun and its modifier. As,

bahay na malaki´	big house	(**bahay** - house)
aklat na makapál	thick book	(**aklat** - book)
lapis na mahabà	long pencil	(**lapis** - pencil)

When the first of the two words being connected ends in a vowel, the variant **-ng** is useb by attaching it to the first word. As,

dalagang mahinhín	modest maiden	(**dalaga** - maiden)
bakang matabâ	fat cow	(**baka** - cow)
silyang kawayan	bamboo chair	(**silya** - chair)ʼ

But when the first word ends in **n**, the **n** is replaced by **ng**. As,

(**táhanan** - home)	**táhanang maligaya**	happy home
(**dahon** - leaf)	**dahong sariwà**	fresh leaf
(**hangin** - wind)	**hanging malakas**	strong wind

In Tagalog, the modifier may be placed either before

5

or after the word modified. In the examples above, the modifiers come after the nouns. Reversing the position, we have the following:

malakíng bahay

makapál na aklát

mahabang lapis

mahinhíng dalaga

matabáng baka

kawayang silya

maligayang táhanan

sariwang dahon

malakás na hangin

The modifiers in the examples above are all adjectives. In Tagalog, any of the three tense forms of a verb can be used to perform adjective function. Thus:

bahay na nasunog   house that was burned   (past)
bahay na nasusunog house that is burning   (present)
bahay na masusunog house that will be burned
                   (future)

(Note: The infinitive form of the verb is **masunog**, to be burned).

Aside from single words, modifiers may also be phrases or clauses. In this case, they generally come after the word they modify. Thus:

(phrase) aklát na nasa kahón
book (that is) in the drawer
(clause) aklát na ang balát ay makapál
book whose cover is thick

The ligature **na** (or its variant **-ng**) may also connect the predicate and the subject of a complex sentence where the subject is a noun clause in predicate-subject utterance, as in:

Totoong siya' ay babalík.   (totoo - true)
(It's) true (that) he will return. (siya'- he/she)
                        (babalík - will return)
The subject clause is s'ya' ay babalík. The predicate is **totoo**. The ligature **na** is represented by its variant -ng.

Ay.— In the subject-predicate utterance, the ligature **ay** performs the function of connecting the subject and the predicate. For example: **Si Juan ay masipag** (Juan is industrious), **Si Juan ay bumabasa** (Juan is reading). The ligature **ay** is often mistaken for a linking verb as in the first sentence, or an auxiliary verb as in the second.

In the "natural" Tagalog utterance, it is the predicate that comes first. The P-S (predicate-subject) word order predominates in Tagalog, and in this order the **ay** is completely suppressed. Thus we say, **Masipag si Juan, Bumabasa si Juan.**

Ay is also used between the main clause and the subordinate adverbial clause when the latter comes first in the sentence. But when **ay** is suppressed, a comma is used to take its place when the sentence is reduced to writing. Thus:

> **Kung sasama ka'ay magbihis ka na.**
> (If you are coming along, get yourself dressed.)
> **Kung sasama ka, magbihis ka na.**
> (A comma replaces **ay.**)

The Conjunctions.

As in English, conjunctions in Tagalog are used to connect words, phrases, clauses, and sentences. The most common conjunctions in Tagalog are **at** (and), **nguni't** (but), **saka** (and) **o - o** (either - or) **ni - ni** (neither - nor), **hindi lamang - kundi..pa)** (not only - but also). Here are a few examples:

ikáw at akó	you and I
malakí nguni't magaan	big but light
ni ikáw ni akó	neither you nor I

hindi lamang maganda kundi matalino pa

1

Ka is the postpositive form of **ikáw** ('you', singular). In Tagalog, **kung sasama ka** and **kung ikáw ay sasama** mean the same (if you are coming along).

not only beautiful but **also intelligent**

The Conjunctive Adverbs.

The more common conjunctive adverbs are:

sapagká't or sapagkát	because
dahil sa	because, for the reason that
bagamán	although
kahit na	even though
kung	if
nang	when

The Prepositions.

There are only a few Tagalog prepositions. They are:

tungkól sa (with things)	about, concerning
tungkól kay (with particular persons)	" "
hinggíl sa (with things)	" "
hinggíl kay (with particular persons)	" "

<u>sa</u> (Depending upon the verb with which it goes, this preposition may mean:) on, in, from, with, to

The Relator.

There is only one relator, **nang**. When written or printed, it is customary to spell it in full and sometimes in the abbreviated form **ng** in different situations. In the following table, the function of **nang** as relator is described in the last column. The shortened form **ng** is used where current usage so requires.

Sample Word That Calls for Relation	Relator Nang/Ng	Sample Related Word	Nature of Relationship
1. bumilí	ng	tinapay	objective
2. pinaló	ng	iná	agentive
3. pinaló	ng	patpát	instrumental

1

More about **nang** under Relator.

5. manggagawa	ng	bibingká	objective
4. maibigín	ng	sapatos	objective
6. aklát	ng	bata	possessive
7. anák	ng	kambíng	genitive
8. umakyát	ng	bahay	directional /locative
9. umalís	nang	alas-kuwatro	temporal
10. umalís	nang	dumatíng kamí	temporal
11. pinalo	nang	pinalo	iterative
12. lumakad	nang	paluhód	indicative of manner

Vocabulary:

bumilí	to buy/bought
pinalò	was beaten
”	” ”
maibigín	fond
manggagawà	maker
aklát	book
anák	offspring
umakyát	to climb/climbed
umalís	to leave/left
”	” ” ,‘
pinalò	was beaten
lumakad	to walk/walked

Explanation: about the words in 3rd column:

tinapay	bread	Object of the verb
ina	mother	Actor or agent
patpat	stick	Instrument used
bibingka	rice cake	Obj. of the adjective*
sapatos	shoes	Object of the noun**
batà	child	Owner of the book
kambíng	goat	Parent

*** Nouns and adjectives with quasi-verbal roots take objects.

9

bahay	house	Tells direction of action
alas-kuwatro	four o'clock	Tells when
dumating kamí	we arrived	Tells when
pinaló	was beaten	Same act repeated
paluhód	kneeling position	Tells manner of action

Note: In many Tagalog grammars the first **ng** in the table above is called an article, and the **ng** in the remaining examples a preposition.

MONEY, WEIGHTS, and MEASURES

The symbol for the Philippine peso is ₱. The 100th part of a peso is called sentimo. It is also called, colloquially, **sampera,** from isáng (isa+ng), meaning 'one' and **pera,** meaning 'centavo'. In almost all instances, in stores, and in the markets, both customer and store clerk or market vendor use Spanish and English terminologies during the haggling and in the final transaction. In the following table, the Spanish terminologies are spelled according to the Tagalog sound system. (It should be mentioned here that the Tagalog terminologies are more frequently used by the common people both in making actual count and in their shopping.)

₱0.01	isáng séntimo/sampera	
0.05	limáng séntimos	singko
0.10	sampúng séntimos	diyes
0.15	labin-imáng séntimos	kinse
0.20	dalawampúng sénti-mos	beinte/bente
0.25	dalawampú't limáng sentimos	beintisingko/ben-tisingko
0.50	sansalapi	singkuwenta
1.00	piso	
1.50	tatlóng salapî	uno singkuwenta
2.00	dalawáng piso	dos pesos

Weights

1 gram	isáng gramo
1 ounce	isáng onsa
1 pound	isáng libra
1 ton	isáng tonelada

Liquid Measures

1 liter	isáng litro
1 gallon	isáng galon
1 ounce	isáng onsa

Grain Measures

1 liter	isáng litro
1 ganta	isáng salóp
1 cavan	isáng kabán

Length Measures

1 inch	isáng dalì/isáng pulgada
1 foot	isáng tálampakan/isáng piyé
1 yard	isáng yarda
1 mile	isáng milya
1 kilometers	isáng kilómetro

Note: 1,000 grams make 1 kilo (kilogram). (In Tagalog, isang kilo)

100 centimeters make 1 meter. (In Tagalog isáng metro)

1,000 meters make 1 kilometer. (In Tagalog, isang kilometro)

Areas

1 square foot	isáng piyéng parisukát
1 square meter	isáng metro kuwadrado (parisukát)
1 hectare	isáng ektarya

Volume

1 cubic meter	isáng metro kúbiko
10 cubic meters	sampúng metro kúbiko

11

Cardinal Numbers

0	zero	walâ/sero
1	one	isá
2		dalawá
3		tatló
4		apat
5		limá
6		anim
7		pitó
8		waló
9		siyám
10		sampû
11		labing-isá
12		labindalawá
13		labintatló
14		labing-apat
15		labinlimá
16		labing-anim
17		labimpitó
18		labingwaló
19		labinsiyám
20		dalawampû
21		dalawampú't isá
22		dalawampú't dalawá
23		dalawampú't tatló
24		dalawampú't apat
25		dalawampú't limá
26		dalawampú't anim
30	thirty	tatlumpû
31	thirty-one	tatlumpú't isá
40	forty	apatnapû
41	forty-one	apatnapú't isá
50	fifty	limampû
51	fifty-one	limampú't isá
60	sixty	animnapû
61	sixty-one	animnapú't isá
70	seventy	pitumpû
71	seventy-one	pitumpú't isá

80 eighty	walumpû	
81 eighty-one	walumpú't isá	
90 ninety	siyamnapû	
91 ninety-one	siyamnapú't isá	
100 one hundred	sandaan/ isáng daan	
101 one hundred one	sandaa't isá/ isang daa't isá	
200 two hundred	dalawáng daan	
500 five hundred	limáng daan	
1,000 one thousand	sanlibo/isáng libo	
5,000 five thousand	limáng libo	
10,000 ten thousand	sampúng libo/sanlaksâ/ isang laksâ	
100,000 hundred thousand	sandaang libo/sangyutà/ isang yutà	
1,000,000 one million	sang-angaw/isáng angaw	

Ordinal Numbers

Tagalog has two sets of ordinal numbers as will be seen in the following table. The first set is prefixed with **ika-** (beginning with the 2nd) which signifies simple succession in the order of arrangement or occurrence, and the second is prefixed with **pang-** which imparts the additional implication of function on the part of the person or thing concerned.

1st first	**Una**	**panguna**
2nd second	**ikalawá (ika-2)**	**pangalawá**
3rd third, etc.	**ikatló (ika-3)**	**pangatló**
4th	**ikaapat (ika-4)**	**pang-apat**
5th	**ikalimá (ika-5)**	**panlimá**
6th	**ikaanim (ika-6)**	**pang-anim**
7th	**ikapitó (ika-7)**	**pampitó**
8th	**ikawaló (ika-8)**	**pangwaló**
9th	**ikasiyám (ika-9)**	**pansiyám**
10th	**ikasampû (ika-10**	**pansampû**
11th	**ikalabing-isá (ika-11)**	**panlabing-isá**

13

20th	ikadalawampû (ika-20)	pandalawampû
50th	ikalimampû (ika-50)	panlimampû
100th	ikasandaan (ika-100)	pansandaan

Fractions

1/2	kalahatì
1/3	isáng-katló
1/4	isáng-kapat
3/5	tatlóng-kalimá
$1\frac{1}{3}$	isá at dalawang-katló
$5\frac{5}{6}$	limá at limáng-kanim
1/10	isáng-kapuló
5/100	limáng bahagdan (bahagdan is from bahagi, meaning 'part', ng sandaan, meaning 'of one hundred')

Distribution

one each	tig-isa
two each	tigalawa
three each	tigatlo'
four each	tig-apat
five each	tiglima
ten each	tigsampû
twenty each	tigdalawampû
a hundred each	tigsandaan

Grouping

one by one	isa-isá
five by five	lima-limá
ten by ten	sampu-sampû
twenty by twenty	dala-dalawampû *

*Only the first two syllables are reduplicated.

14

Limited Quantity

only one	íisa
only five	lílima
only ten	sásampu**
only one hundred	sásandaan

Frequency

once	minsan
twice	makálawa
thrice	makáitlo/makátatlo
four times	makáapat
often	madalás/malimit
seldom	bihirà
frequently	madalás/malimit

Time Relation

today	ngayón
yesterday	kahapon
yesterday afternoon	kahapon ng hapon
day before yesterday	kamakalawá
tomorrow	bukas
tomorrow morning	bukas ng umaga
day after tomorrow	samakalawá
right now	ngayón din
some other day	sa ibáng araw na
some day	balang araw
every day	araw-araw
every night	gabi-gabí
every year	taun-taón
every Monday	tuwíng Lunes
every afternoon	tuwíng hapon
next week	sa linggong dárating
last week	nang linggong nagdaan
next month	sa buwang dárating
last month	nang buwáng nagdaan

**Only the first syllable is reduplicated.
Note: Where the syllable ends in a consonant, the conso-
    nant is not included in the reduplication.

15

Time of Day

dawn	bukáng-liwaywáy
morning	umaga
noon	tanghaling-tapát
afternoon	hapon
late afternoon	dapit-hapon
twilight	takipsilim
evening	gabí
night	gabí
midnight	hatinggabí

Period of Time

one day	isáng araw
one week	isáng linggó
one month	isáng buwán
one year	isáng taón
day time	araw
night time	gabí
the whole night	magdamág
the whole day	maghapon
day and night	araw-gabí

Telling the Time

In telling the time by the clock, both the Tagalog and the Spanish terminologies are used, with the latter predominating. Both terminologies are given below, the Spanish being spelled according to the Tagalog sound system. Where the time of day (whether a.m. or p.m.) is not mentioned, the Spanish terminology is invariably used, especially in conversations, and the a.m. or the p.m. is omitted.

1:00 p.m.	unang oras ng hapon	ala-una ng tanghalì
2:00		alas-dos
10:00 a.m.	ikasampú ng umaga	alas-diyés ng umaga
4:45 p.m.	ikaapat at apatnapú't limang minuto ng hapon or labinlimáng minuto bago sumapit ang ikalimá ng hapon	alas - kuwatro kuwarenta y singko or menos kuwarto para alas-singko

16

7:30   ikapito't kalahati   alas-siyete y medya

Seasons

There are only two seasons in the Philippines.

They are:

dry season (summer)	tag-init*
rainy season	tag-ulan

Days of the Week

Monday	Lunes
Tuesday	Martes
Wednesday	Miyérkoles
Thursday	Huwebes
Friday	Biyernes
Saturday	Sábado
Sunday	Linggó

Months of the Year

January	Enero
February	Pebrero
March	Marso
April	Abril
May	Mayo
June	Hunyo
July	Hulyo
August	Agosto
September	Setyembre
October	Oktubre
November	Nobyembre
December	Disyembre

Church and/or Official Holidays, etc.

New Year's Day	Araw ng Bagong Taón
Christmas	Pasko ng Kapangánakan
Easter	Pasko ng Pagkabuhay
Lent	Kuwaresma

---

* Literally, **tag-init** means 'hot season'. Init means 'heat'.

17

Holy Week	**Semana Santa/Linggó ng Mahál na Araw**
Good Friday	**Biyernes Santo**
Independence Day	**Araw ng Pagsasarilí**

EVERYDAY EXPRESSIONS

Note: In Tagalog, the particle **po** is used as an indication of respect. The Tagalog affirmative particle **opò** is a combination of 'yes' plus the respect that **pò** implies. Among Tagalogs, it is **Opò, Ginoo** not Oo, Ginoo for 'Yes, Sir.'

Good day, Sir	Magandáng araw pò, Ginoo
Good morning, Madam	Magandáng umaga pò, Ginang
Good afternoon, Miss	Magandáng hapon, Binibini
Good evening, Miss)	Magandáng gabí pò, Ginang
Good night, Madam. ⟩	
Thank you	Salamat
Thanks very much	Maraming salamat
Come in!	Tulóy!
Good-bye!	(Paalam!
	(Adyos!
So long!	Hanggang sa mulí!
Please	Pakiusap
You are welcome)	Waláng anumán
Don't mention it ⟩	
At once	Ngayón din
I am sorry	Dinaramdam ko
Welcome!	Maligayang pagdating!
How are you?	Komusta ka?
Very well. Thanks and you?	Mabuti. Salamat. At ikáw?
Who is your companion?	Sino ang kasama mo?
When did you arrive?	Kailán ka dumating?
Come in, gentlemen.	Tulóy, mga ginoo.
I am in a hurry.	Nagmámadalî akó.
What is the time?	Anóng oras na?
Four o'clock.	Alas-kuwatro.
Where is the post office?	(Násaan ang koreo?
	(Saán dito ang pos-opis?

Do you know?	Alám mo ba?
Do you know the mayor?	Kilalá mo ba ang alkalde?
Do you know Tagalog?	Marunong ka ba ng Tagalog?
Do you know how to swim?	Marunong ka bang luma-ngoy?
What is the mayor's name?	Anó ang ngalan ng alkalde?
I don't know.	Ewan ko.
What a pity!)	Sayang!
What a waste!)	
What is this?	Anó itó? (The object is right in front of the questioner.)
What is that?	Anó iyón? (The object is far from the speaker and the one asked.)
What is that?	Anó iyán? (The object is far from the speaker but near the person asked.)
How much?	Magkano?
Rather dear.	Mahál namán.
Who is there?	Sino iyán?
I do not like that.	Hindî ko gustó iyán.
I understand.	Naintindihan ko na.
I do not understand.	Hindî ko naiintindihán.
It is up to you.	Ikáw ang bahalà. (Familiar)
	Kayo ang bahalà. (With respect.)
I'll take care of it.	Akó ang bahalà.
I'll be going now.	(Aalis na akó.
	(Diyán ka na. (Familiar)*
	(Diyán na kayó. (With respect)*
As you like it.	Ikáw ang masúsuņód.
Come here.	Halika.
Deliver this letter to...	Dalhín mo ang sulat na itó sa..(if place)/kay (if person)

---

*These are colloquial expressions which literally mean "I'll be leaving you there now."

19

Go at once.	Lumakad ka na agád.
Assist me.	Tulungan mo akó.
Talk slowly.	Dalangan mo ang pagsasalitâ.
Bring me...	Dalhán mo akó ng...
Listen to me.	Pakinggán mo akó.
Give me...	Bigyán mo akó ng...
Carry this.	Dalhín mo itó.
Follow me.	Sumunód ka sa akin.
Lead the way.	Máuna ka sa akin.
Call a taxi.	Tumawag ka ng taksi.
Open the door.	Buksán mo ang pintô.
Close the door.	Isará mo ang pintô.
Open the window.	Buksán mo ang bintanà.
Close the window.	Isará mo ang bintanà.
Draw the curtain.	Hawiin mo ang kurtina.
Mail this letter.	Ihulog mo sa busón ang sulat na itó.
Register this letter.	Iparehistro mo ang sulat na itó.
Write this down.	Isulat mo itó.
Come with me.	Sumama ka sa akin.
Write to me.	Sumulat ka sa akin.
Hold this.	Hawakan mo itó.
Remember me to...	Ikumustá mo akó kay... (if to only one person) Ikumustá mo akó kiná... (if to more than one)
Apologize for me...	Ihingî mo akó ng pauman-hín...
Clean this.	Linisin mo itó.
Brush these.	Iskobahin mo ang mga itó.
Tell me...	Sabihin mo sa akin...
Fasten this.	Itali mo itó.
Sew this.	Tahiin mo itó.
Mend this.	Sulsihan mo itó.
How old are you?	Iláng taón ka na?
You are very charming	Lubháng kaakit-akit kayó.

You speak very well.	Mahusay kayóng magsalitâ.
I am pleased to see you.	Ikinalúlugód kong mákita kitá.
I am pleased to have met you.	Ikinalúlugód kong mákilala ka (kayó).
Can I offer you some refreshments?	Maáari bang dulutan ko kayó ng kaunting pampalamíg?
Give me your address.	Ibigáy mo sa akin ang iyóng direksiyón.
When shall I visit?	Kailán akó maáaring dumalaw?
I have enjoyed your company very much.	Ikinalugód kong lubhâ ang ating pagkikitang itó.
I will write to you.	Súsulatan kita' (..ko kayó).
Meet me at the station at two o'clock.	Magkita tayo sa istasyón sa alas-dos.
I would like a glass of cold water.	Ibig ko sana'y isáng basong tubig na malamíg.
It is nice and cool here.	Mainam dito at malamíg.

ARRIVAL AND DEPARTURE

Will you take charge of my baggage?	Asikasuhin mo ngâ ang mga kargada ko?
Here is my baggage.	Heto ang kargada ko.
There are ... pieces.	May.... piraso.
This is mine.	Akin itó.
Where is the Custom House?	Saáng lugár dito ang Adwana?
Will you examine my baggage?	Sísiyasatin mo ba ang aking mga kargada?
I have nothing to declare.	Walâ akóng dapat ipagbigáy-ulat.
These articles are not new.	Hindî bago ang mga itó.
Where is the ticket office?	Násaan ang kuhanán ng tiket?

Give me a first — second — third class ticket.	Bigyán mo akó ng tiket na de primera — segunda — tersera klase.
I want to reserve a seat.	Ibig kong magpareserba ng isang úpuan.
Can you find me a seat?	Puwede bang ihanap mo akó ng isang úpuan?
Is this a through train to...?	Ang tren bang ito'y tuluy-tuloy hanggáng....?
Where must I change for...?	Saan akó dapat lumipat patungong....?
Will you tell me when we reach...?	Sabihin mo sa akin pagdatíng natin sa....
What time will we arrive at...?	Anóng oras ang datíng natin sa....?
I want to telegraph from...	Ibig kong tumelegrama buhat sa....
When do we take our lunch?	Anóng oras tayo manánanghalì?
When do we take our supper?	Anong oras tayo magháhapunan?
When do we take our breakfast?	Anóng oras tayo mag-áalmusal?
How long will the train stop here?	Gaano katagál titigil dito ang tren?
When is the next train to...?	Anóng oras ang datíng ng súsunód na tren para sa....?
Call a taxi.	Tumawag ka ng isang taksi.
Take me to.... hotel.	(Dalhín mo akó sa..... Otél
Take me to Hotel....	(Dalhín mo akó sa Otél.....

AT THE HOTEL

I want to engage a room.	Gustó kong kumuha ng isang kuwarto.
A room with a private bath.	Isáng kuwartong may sariling banyo.

22

A smaller room will suit me.	Tamà na sa akin ang isáng maliit-liít na kuwarto.
A room with two beds.	Isáng kuwartong may dalawáng kama.
What is the rate per day (—week, — month)?	Magkano ang bayad isáng araw (—linggo, —buwan)?
I will take this room.	Kúkunin ko ang kuwartong itó.
I do not want meals.	Ayoko ng may komida.
Put this baggage in my room.	Dalhin mo ang kargadang itó sa aking kuwarto.
Bring me some ice water (—hot drinking water).	Dalhán mo akó ng kauntíng tubig na may yelo (—inumíng tubig na mainit).
I want another blanket.	Gustó ko'y isá pang kumot.
I am expecting a visitor.	May dáratíng akóng bisita.
If anyone calls for me, say...	Kung may tátawag sa akin, sabihin mong.....
I will be back at ...o'clock.	Bábalík akó sa alas-....
Ask him (-her) to wait.	Sabihin mong maghintáy.
I will be down right away.	Bábabâ akó ngayón din.
Send him (-her) up.	Papanhikín mo.
Bring me the menu.	Ákina ang menú.
I will eat in my room.	(Sa silíd ko akó kakain. (Sa aking silid akó kákain.
Will you get me this number?	Kunin mo ngâ ang númeróng itó para sa akin?
I am leaving today (—tomorrow).	Aalís akó ngayón (—bukas).
Give me my bill.	Ákina ang kuwenta ko.
Will you fetch my baggage?	Pakikuha mo ngâ ang aking kargada?
Please forward my mail to this address.	Ang mga sulat ko nga'y ipadalá mo sa direksiyong itó.

LAUNDRY AND CLEANING

I want my clothes washed.	Gustó kong magpalabá ng damit.
I want them done as soon as possible.	Gustó ko sana'y dalí-daliín lamang.
When can I have them back?	Kailán maibábalík ang mga itó?
Look over this list if this is correct.	Tingnán mo kung tamà ang listahang itó.
Be careful with this.	Pag-ingatan mo ito.
This is not mine.	Hindî akin ito.
There are some pieces missing.	May nawawaglít na iláng piraso.
Please saw buttons on this.	Pakilagyán mo lamang ng butones itó.
I want this mended.	Gustó kong itó'y másulsihán.
Don't put any starch in this.	Huwág mo itóng almirulán.

Laundry List

coat	amerikana
shirt	kamisadentro
undershirt	kamiseta
trousers, pants	pantalón
drawers	karsonsilyo
handkerchief	panyolito
polo shirt	polosert
pajama	padyama
dress-skirt	saya
chemise	kamisón
a woman's outer garment	bestido
night gown	(damít na pantulog (nayt-gawn
blouse	blusa
brassier	bra
panties	pantis
slacks	islak
socks	medyas (ng lalaki)
stockings	medyas (ng babae)

towel	tuwalya
washcloth	tuwalyang maliit
pillow case	punda ng unan
sheet	kumot
bed cover	kubrekama
curtain	kurtina
diaper	lampin

ABOUT TOWN

What is the name of this town?	Ano'ng ngalan ng bayang ito?*
What is there of interest to see?	Anong mayroon na mainam makita?
Where can we go for a pleasant drive?	Saan tayo puwedeng mamasyal?
How long will it take to get there and back?	Ilang oras ang pagpuntá doon at pagbalik?
Can we get some refreshments there?	May mga pampalamig ba doon?
How far is it from here?	Gaano kalayo iyon buhat dito?
Let's just ride in a taxi.	Magtaksi na lamang tayo.
Let's use your car.	Gamitin natin ang kotse mo.
Take us to....	Dalhin mo kami sa....
Drive more slowly...	Bagalan mo nang kaunti ang pagpapatakbo..
Not so fast.	Huwag masyadong matulin.
Is this the way to...?	Ito' ba ang daang patungo sa...?
Stop at a good restaurant.	Huminto ka sa isang mabuting restauran.
Find a good place to eat.	Humanap ka ng isang mabuting makakanan

---

*Ano'ng is contraction of   It is read ah-nohng.'
   Ano ang.

Will you show us the town tonight?	Maililibot mo ba kami´ sa bayan mamayáng gabí?
Show us everything.	Ipakita mo sa amin ang lahát-lahát.
Do not take us to vulgar places	Huwág mo kamíng dádalhín sa mga lugár na nakahíhiyâ.
We must get back by.... o'clock.	Kailangang bumalík tayo sa alas-....
Take us to a good night club.	Dalhín mo kamí sa isáng disenteng **night club**.
Can one take a lady there?	Puwede bang magsama ng babae doón?
Direct me to a good pharmacy.	Iturò mo sa akin kung saán may mabuting parmasya.
Can you make up this prescription?	Magagawâ mo ba ang nasa resetang itó?
When will it be ready?	Kailán mákukuha?
I don't have it with me.	Hindî ko dalá.
It is at my hotel.	Nasa otél ko.
Will you come with me?	Sásama ka ba sa akin?
You are very kind.	Nápakabuti mo.
Will it rain?	Úulán ba?
The same again. (At a restaurant)	Gaya rin ng dati.
Give me the names of the best theaters.	Ibigáy mo sa akin ang mga ngalan ng mabubuting sine.
Where is the U.S. Embassy?	Násaán ang Embahada ng Amérika?
Where is the post office?	Násaán ang koreo?
Give me tickets for....	Bigyán mo akó ng tiket para sa....
We will go back now.	Bábalík na kamí.*

---

*Kami if the person spoken to is excluded. Tayo if he is included.

AT THE HAIRDRESSER'S

I want my hair cut (not too short)	Gusto kong magpaputol ng buhók (huwag masyadong maiklî).
I would like a hair style.	Gusto kong magpaayos ng buhók.
I want a permanent wave.	Gusto ko ng permanenteng alun-alón.
I want a shampoo and set.	Gusto kong magpashampoo at magpaset.
Give me rinse in blond.	Gusto kong magpakulay ng blond.
What odor has that lotion?	Ano' ang amóy ng losyong iyán?
I want a facial.	Gusto kong magpaayos ng mukhâ.
I should like to have a make-up.	Gusto kong magpa-make-up.
Please shape my eyebrows.	Pakihugisan mo ngâ ang kilay ko.
Give me a manicure.	Mánikyurán mo ngâ akó.
I want polish on my fingernails.	Gustó ko'y lagyán ng pampakintáb ang aking mga kukó.

AT THE BARBER'S

I want my hair cut (not too close).	Gusto kong magpagupít (huwág masyadong maiklî).
Just trim around the back and sides.	Dasdás lamang.
Take a little off here and there.	Kauntíng bawas dito't doón.
Shave me, please.	Mangyaring akó'y ahitan mo.
Once over will be sufficient.	Isáng paraan lamang, tamà na.

I want a face massage.	Gusto kong magpamasahe ng mukhā.
Give a manicure.	Manikyuran mo akó.
Yes, that's all right.	Oo, tamà iyán.

SHOPPING

I want No. 8.	Ang gustó ko'y número 8.
I want black.	Ang gustó ko'y itím.
I will try this on.	Isúsukat ko itó.
This one is rather tight.	Ang isáng íto'y parang masikíp.
I will try that one.	Súsubukin ko ang isáng iyón.
I will buy this one.	Bíbilhin ko itó.
What is the price of this?)	Magkano itó?
How much is this?　　)	
I will take it (them) with me.	Dádalhin ko na itó (ang mga itó).
SHOP NOTICES:	MGA PAUNAWÀ NA GINÁGAMIT NG MGA TINDAHAN:
Sale	Baratilyo
Auction sale	Subasta
Closing out sale	Benta ng pagpipinid
Inventory sale	Bentang Pang-imbentaryo

(Note: Filipino-operated stores usually use the English wording. In some instances only the word MURA, meaning "cheap" is painted in large letters in streamers hung over the door of the store.) For ex.:

MURA!　MURA!　MURA!

SHOPPING VOCABULARY

Note: The words on this page may be followed by: itó (this), iyán (that, near the person spoken to), iyón (that yonder), ang ibig ko (is what I want), ang gusto ko (is what I like). If comparison is made, the following phrases may be used after the words: kaysa rito (than this), kaysa riyán (than that), kaysa roón (than that yonder). See the examples for the first three words:

Better	Mas mabuti
Cheap	Mura
Cheaper	Mas mura
Ex.: Mas mabuti itó.	(This is better,)
Ex.: Mura iyán.	(That is cheap.)
Ex.: Mas mura itó kaysa riyan.	(This is cheaper than that.)
Dark	Magulang (Referring to the color)
Darker	Mas magulang
Durable	Matibay
Fine	Pino
Finer	Mas pino
Heavy	Mabigát
Heavier	Mas mabigát
Large	Malakí
Larger	Mas malakí
Light	Murà (Referring to color)
Lighter	Mas murà (" " ")
Light	Magaán (Referring to weight)
Lighter	Mas magaán (" " ")
Long	Mahabà
Longer	Mas mahabà
Loose	Maluwág /Maluwang
Looser	Mas maluwag/Mas Maluwang
Narrow	Makitid (Referring to width)
Narrower	Mas makitid (" " ")
Short	Maigsî/Maiklî
Shorter	Mas maigsî/Mas maiklî
Small	Maliít
Smaller	Mas maliít
Strong	Matibay (cf. Durable)
Stronger	Mas matibay
Thick	Makapál

Thicker	Mas makapál
Tight	Masikíp
Tighter	Mas masikíp
Wide	Malapad
Wider	Mas malapad

COLORS

Black	Itím
Blue	Asul, Bugháw
Brown	Kulay-kapé, Kayumanggí
Cream	Krema
Green	Berde, Luntî
Grey	Gris
Orange	Kulay-dalandán
Pale	Maputlâ
Pink	Kulay-rosas
Purple	Púrpura
Red	Pulá
Scarlet	Iskarlata
Violet	Biyoleta, Kulay-ube
White	Putî
Yellow	Diláw

DRESSMAKER AND TAILOR

How much will a costume of this cost?	Magkano ang isáng trahe nitó?
Make me a suit of this.	Igawâ mo ako ng isáng terno nitó.
I want a silk lining.	Aporong seda ang ibig ko.
When shall I call to be fitted?	Kailán akó páparito para sukatan?
When will you have it finished?	Kailán mo matátapos itó?
This does not appear to fit well.	Parang hindî lapat itó.
How many yards of this is needed?	Iláng yarda nitó ang kailangan?

The sleeves seem tight.	Parang makipot ang manggás.
It's too loose around the waist.	Nápakaluwáng sa bandáng baywang.
Will this not shrink?	Hindî ba itó úurong?
Will not the color fade?	Hindî ba kúkupas ang kulay?
Extend the sleeves a little.	Aryahán mo nang kauntî ang manggás.
This cloth is coarse.	Magaspáng ang telang itó.
That one is fine.	Pino ang isáng iyán.
I'll come back for it to-morrow afternoon.	Bábalikán ko iyán bukas ng hapon.

BUSINESS MEN'S WANTS

I want to speak with the manager.	Gustó kong mákausap ang manedyer.
Are you the manager?	Ikáw (Kayó) ba ang má-nedyer?
Can the manager speak English?	Marunong ba ng Inglés ang mánedyer?
I cannot speak Tagalog.	Hîndi akó marunong ng Ta-galog.
Can anyone here speak English?	Mayroón ba ritong marunong ng Ingles?
When can I speak with the manager?	Kailán ko puwedeng máka-usap ang mánedyer?
Take my card to the manager.	Dalhín mo itóng tarheta ko sa mánedyer.
When will he return?)	Anóng oras ang balík niyá?
What time will he be back?)	
I will wait.	Maghíhintáy akó.
I will return later.	Bábalík na akó mámayâ.
I will return with an interpreter.	Bábalík akó't magsásama ng isáng interpreté.
I am the representative of...	Akó ang kinatawán ng.....

Have you a business directory?	Mayroón ka bang direktoryo ng negosyo?
May I use your telephone?	Puwede bang makigamit ng inyóng teléfono?
Take me to...	(Dalhin mo akó sa... (Samahan mo akó sa...
Let us go at once!	Tayo na ngayón din!
Please register this letter.	Ipakirehistro mo lamang ang sulat na itó.
I want to send a cablegram to...	Gustó kong magpadalá ng kablegrama sa...
What is the charge per word?	Magkano ang isáng salitâ?
I want some business cards printed.	Gustó kong magpalimbág ng iláng tarhetang pangnegosyo.
When will they be ready?	Kailán mákukuha?
I must see the proof.	Káilangang mákita ko ang pruweba.
I shall require .....copies.	Kákailanganin ko'y .... kopya.
Can you recommend a lawyer who understands English?	May mairérekomendá ka bang abogado na marunong ng Inglés?
I want a stenographer-typist who knows English. (Male)	Gustó ko'y isáng takigrapong taypist na marunong ng Inglés.
I want a stenographer-typist who knows English. (Female)	Gustó ko'y isáng takígrapang taypist na marunong ng Inglés.
I wish to hire a typewriter.	Ibig kong umárkila ng isáng makinilya.
Will you please get me this number?	Pakikuha mo ngâ ang númerong itó para sa akin?
Hello! Is this Number....?	Haló! Itó ba ang Número...?
May I speak with Mr.	Puwede bang mákausap si G...*

---

*The abbreviation G. stands for Ginoong (Ginoo +ng) and is the equivalent of Mr. in English.

Please tell him that I called up.	Pakisabi mo lamang na ako'y tumawag.
Please tell him to call me up when he returns.	Pakisabi mo lamang na tawagan ako' pagbalik niya'.
Call someone who can speak English.	Tumawag ka ng isáng marunong ng Inglés.
Hold the line.	Huwág mo munang ibábabâ ang teléfono.
Speak louder. I can't hear you very well.	Laksán mo nang kauntî. Hindî márinig na mabuti.

MOTORING

Will you show me the route on this map?	Iturò mo ngâ sa akin sa mapang itó ang daán?
Is this a good road?	Mabuti bang daan itó?
Is there a good hotel at...?	Mayroón bang mabuting otél sa...?
May car stalled.	Tumigil ang kotse ko.
Is there a car repair shop around here?	May talyer ba ng awto sa tabí-tabi' rito?
Will you send one of your men to fetch it?	Puwede bang ipakuha ninyo' iyón sa isá ninyóng tao?
What will you charge?	Magkano ang singil ninyô?
Can I park my car here?	Puwede ko bang iparada dito ang aking kotse?
Will you change this tire?	Puwede bang palitán mo ang gomang itó?
Will you wash my car?	Hugasan mo ngâ ang aking kotse?
When can I have it?	Kailán ko mákukuha ang kotse?
Which turn must I take?	Saán ako' dapat lumikô?
What time must I turn on my lights?	Anóng oras dapat akóng mag-ilaw?

What is the distance?	Gaano ang layò?
Can you repair my car at once?	Puwede mo bang kumpunihín agád ang kotse ko?
Can you recharge my battery?	Puwede bang kargahán mo ang aking bateryá?
Will you send for a mechanic?	Magpaparito ka ngâ ng isáng mekániko?
The engine does not run well.	Hindî mabuti ang takbó ng mákina.
The carburetor needs readjusting.	Kailangang aregluhíng panibago ang karburador.
The distributor requires attention.	Kailangang tingnán ang distribyutor.
Take the tire to the vulcanizer.	Dalhín mo ang goma sa bulkanáiser.
Is that a gasoline station?	Istasyón ba ng gasolina iyón?
Give me ——— liters.	Bigyán mo akó ng ——— litro.
Please check the oil.	Pakitingnán mo nga ang langís.

MOTORING VOCABULARY

Axle	Ehe
Backfire	Bugá ng tambutso
Back wheel	Gulóng sa hulihán
Battery	Bateryá
Bearing	Bering
Bolt	Perno
Brake	Preno
Carburetor	Karburetor
Clucth	Klats
Cone	Kono
Differential	Diperensiyál
Electric bulb	Bombilya
Engine	Motór
Exhaust	Eksost
Fan	Bentiladór

Front wheel	Gulong sa harapan
Gasoline	Gasolina
Go	Tulóy, Lakad
Generator	Dyeneretor
Grease	Grasa
Hood	Hud
Inner tube	Interyór
Lights	Mga ilaw
Mudguard	Tápalodo
Nut	Tuerka
Oiler	Aseitera
Parking place	Páradahán
Pincers	Pansipit
Pump	Bomba
Radiator	Radyetor
Screw	Tornilyo
Screwdriver	Destornilyadór
Screw-wrench	Liyabe inglesa
Spanner	Liyabe de pasadór
Spark plug	Ispárplag
Stop	Hintô
Tank	Tanké
Valve	Bálbula
Wheel	Gulóng, Ruweda
Wrench	Liyabe inglesa

RESTAURANT AND BUFFET

I want a table for....	Gustó ko'y isáng mesa para sa....
I want a table at the window.	Gustó ko'y isáng mesang malapit sa bintana.
There is a draught here.	Malakás ang hangin dito.
Wait a moment.	Hintáy ka (kayó) sandalî.
Give me the bill-of-fare.	Ákina ang menú.
This is overcooked.	Sobra ang pagkalutò nitó.
Change this for....	Palitán mo itó ng....
This is not fresh.	Hindî sariwà itó.

This is cold.	Malamig itó.
Take this away.	Alisin mo na itó.
This is too tough.	Sobra ang ganit nitó.
This is too sweet.	Sobra ang tamis nitó.
I did not order this.	Hindî akó nag-order nitó.
Give me a sharp knife.	Bigyán mó ako ng kutsil-yong matalím.
Give me some bread.	Bigyán mó ako ng tinapay.
Bring me another...	Bigyán mo ako'ng isa' pang....
Coffee, black.	Kapéng waláng gatas.
Coffee, strong.	Kapéng matapang.
Coffee, with cream.	Kapéng may gatas.
Coffee, weak.	Kapéng matabang.
I have finished; give me the bill.	Tapós na akó; ákina ang kuwenta.
This is not correct.	Hîndi tamà itó.

BODY

Armpit	Kilikili
Arms	Mga baraso
Body	Katawán
Bones	Mga butó
Calf of leg	Kalamnán ng bintî
Chin	Babà
Chest	Dibdib
Elbow	Siko
Eye	Matá
Eyebrow	Kilay
Ear	Tainga
Face	Mukhâ
Finger	Daliri (ng kamáy)
Foot	Paa
Forehead	Noó
Hair	Buhók
Hand	Kamáy
Head	Ulo
Heart	Pusò

Knee	Tuhod
Leg (lower)	Bintî
Leg (upper)	Hità
Lip (lower)	Labì
Lip (upper)	Ngusò
Mouth	Bibíg
Nails	Mga kukó
Nose	Ilóng
Shoulder	Balikat
Stomach	Tiyán
Teeth	Mga ngipin
Toe	Dalirì (ng paa)
Tongue	Dilà
Thumb	Hinlalakí

MAN

Man (In general)	Tao
Man	Lalaki
Woman	Babae
Mother	Ina
Father	Amá
Mommy	Nanay, Ináy
Dad	Tatay, Itáy
My husband	Ang aking tao
My wife	Ang aking maybahay
Child	Anák
Son	Anák na lalaki
Daughter	Anák na babae
Baby	Sanggól
Relatives	Mga kamag-anak
Uncle	Tiyó, Kaka, Amaín
Aunt	Tiyá, Kaka, Ale
Cousin	Pinsan
Father-in-law	Biyanáng lalaki
Mother-in-law	Biyanáng babae
Brother-in-law	Bayáw
Sister-in-law	Hipag
Nephew	Pamangkíng lalaki

Niece	Pamangking babae
Godfather	Ninong
Godmother	Ninang
Godson (-daugther)	Inaanak
Godfather of one's child	Kompadre
Godmother of one's child	Komadre

PERSONALITY and CHARACTER

Fair complexion	Maputi
Beautiful, pretty	Maganda
Handsome	Magandang lalaki
Distinguished looking	Mukhang may sinasabi
Dignified	Kagalang-galang
Intelligent	Matalino
Rude, impertinent	Bastos
Gossip	Daldalero (—a)
Haughty	Palalo
Proud	Palalo
Thrifty	Matipid
Careful	Maingat
Careless	Pabaya
Industrious	Masipag
Obedient	Masunurin
Lazy	Tamad
Kind	Mabait
Good	Mabuti
Quiet	Tahimik
Talkative	Madaldal
Modest	Mahinhin
Humble	Mababang-loob
Boastful	Hambog, mayabang
Spendthrift	Bulagsak, gastador (M) gastardora (F)

PROFESSIONS, OCCUPATIONS

Doctor	Doktor
Physician	Doktor, Mediko
Nurse	Nars, narses
Dentist	Dentista

Optometrist	Optómetra
Engineer	Inhinyero
Lawyer	Abogado
Attorney	Abogado, Atorni
Teacher	Guro, maestro (—a)
Mechanic	Mekaniko
Modiste	Modista
Driver (rig—)	Kutsero
Driver (car)	Tsupér
Employee	Empleado
Janitor	Dyanitor
Foreman	Kapatás
Plumber	Tubero

His father is a doctor.	Doktór ang amá niyá.
Is Pedro a lawyer?	Abogado ba si Pedro?
A careful driver	Isáng maingat na tsupér
Skillful mechanic	Magalíng na mekániko
See your dentist.	Magpatingín ka sa iyong dentista.
See your doctor.	Magpatingín ka sa iyong doktor.
A strict foreman	Isáng mahigpít na kapatás

DOCTOR

Call a doctor.	Itawag mo akó ng doktór.
Send for a doctor.	Magpatawag ka ng doktór.
At once	Ngayón din
Good morning, Doctor.	Magandáng umaga, Doktór.
I am indisposed.	Masamâ ang pakiramdám ko.
I am very sick.	Masamáng-masamâ ang katawán ko.
I have a headache.	Masakít ang ulo ko.
I have a stomach ache.	Masakít ang tiyán ko.
I have gas pain.	May kabag akó.
My throat is sore.	Masakít ang lalamunan ko.
Nausea	Alibadbád
Vomit	Suka

I vomited this morning.	Nasuka ako kaninang umaga.
I feel like vomiting.	Para akong masusuka.
I have a fever.	Nilalagnat ako.
I have caught cold.	Nasipon ako.
I swallowed poison.	Nakainom ako ng lason.
I have chills.	(May ngiki ako.
	(Nginingiki ako.
Enema	Labatiba
To have an enema.	Maglabatiba

DENTIST

Where can 1 find a good dentist?	Saan ako makakakita ng isang mahusay na dentista?
This tooth pains me.	Masakit ang ngipin kong ito.
Please fill it with composition.	Mangyaring pastahan mo/ninyo.
I want to have this tooth pulled.	Gusto kong ipabunot ang ngiping ito.
I have toothache.	Masakit ang ngipin ko.
Toothbrush	Sepilyo ng ngipin
False teeth	Ngiping postiso
Molar	Bagang
Gum	Gilagid
Pyorrhea	Piyorea
Absess	Magâ

BUSINESS

American Embassy	Embahadang Amerikano
American consul	Konsul Amerikano
Bank	Bangko
Bakery	Panaderya
Barber's shop	Barberya
Bookstore	Tindahan ng aklat
Cafe	Kapeteriya
Carpenter's shop	Karpenterya
Clothing Store	Tindahan ng yaring damit
Confectionery	Tindahan ng sari-saring matamis

Custom-house agent	Ahente ng Adwana
Dry goods store	Tindahan ng damit
Drugstore	Botika
Envelope	Sobre
Grocery	Groseri
Hardware store	Hardwer
Jeweler's store	Tindahan ng alahas
Photographer	Potógrapo
Shoe store	Tindahan ng sapatos
Shoemaker	Sapatero
Stamp	Selyo
Stationer's store	Tindahan ng papel
Supermarket	Supermarket
Tailor	Sastre
Watchmaker	Relohero
You need nails? Go to the hardware store.	Kailangan mo ang pakò? Paroon ka sa hardwer.
Lets go to a good cafe.	Paroon tayo sa isang mabuting kapeteriya.
Groceries open early.	Maagang magbukás ang mga groseri.
A kilo of ground coffee.	Isang kilong giniling na kape.

CHURCH

Aglipayan Church	Simbahang Aglipay/Iglesya Aglipayana
Baptist Church	Simbahang Bautista/Iglesya Bautista
Cathedral	Katedrál
Catholic Church	Iglesya Katólika/Simbahang Katóliko
Episcopal Church	Iglesya Episkopál
Jewish Sinagogue	Sinagogang Hudyo
Methodist Church	Iglesya Metodista
Presbyterian Church	Iglesya Presbiteryana
Protestant Church	Iglesya Protestante/Simbahang Protestante

God	Diyós/Bathalà
Christ	Cristo
Church of Christ	Iglesya ni Cristo
The Holy Virgin	Ang Mahál na Birhen
The Pope	Ang Papa
Cardinal	Kardenál
Archbishop	Arsobispo
Priest	Parì
Minister	Ministro
Preacher	Predikadór
Sermon	Sermon
Mass	Misa
Chapel	Kapilya
To pray	Manalangin
To read prayers	Magdasál
To kneel	Lumuhód
Candle	Kandilà
Cross	Kurús
Let's go to the chapel.	Tayo na sa kapilya.
Let's go to church	Tayo na sa simbahan.
Let's go to Mass.	Tayo na magsimbá.
The preacher is very young.	Batang-batà ang predikadór.
Kneel and pray.	Lumuhód ka at manalangin.
This is an old church.	Matandang simbahan ito.
The priest will deliver a sermon.	Magsésermon ang parì.

GAMES and AMUSEMENTS

basketball	basketból
volleyball	báliból
tennis	tenis
ping-pong	ping-pong
baseball	beisbol
cockfight	sabong
horse race	karera

night club	naitkláb
billiard	bilyár
cockpit	sabungán

They are playing basket-ball.	Naglálaró silá ng basketból
They will play tennis to-morrow.	(Maglálaró silá ng tenis bu-kas.
	(Magtetenis silá bukas.
We played ping-pong yes-terday.	(Naglaró kamí ng ping-pong kahapon.
	(Nagping-pong kamí kaha-pon.
There is a large cockpit in their town.	May malakíng sabungán sa kaniláng bayan.
Does your father bet in a cockfight?	(Pumúpustá ba ang iyóng amá sa sabong?
	(Nagsásabong ba ang amá mo?
We won in yesterday's game.	Nanalo kamí* sa laró kaha-pon.
They lost in yesterday's game.	Natalo silá sa laró kahapon.
We shall win tomorrow.	Manánalo tayo* bukas.

HOUSE and FURNITURE

House	Bahay
Home	Táhanan
Stairs	Hagdán
Staircase	Hagdanan
Door	Pintó
Doorway	Pintuan
Upstairs	Itaas (ng bahay)
Downstairs	Ibabâ (ng bahay)
Yard	Looban, Bakuran
Backyard	Likod-bahay
Fence	Bakod

---

* Kamí is 'we' exclusive. Tayo is 'we' inclusive.

Gate	Tárangkahan
Garden	Hálamanán, Hardín
Window	Bintanà
Terrace	Teres
Porch	Portiko
Bed	Kama
Mat (for bed)	Baníg
Doormat	Dormat
Chair	Silya
Bench	Bangkô
Carpet	Karpet, Alpombra
Curtains	Kurtina
Lamp	Lámpara
Table	Mesa, Hapág
Mirror	Salamín
Mattress	Kutson
Pillow-case	Pundá ng unan
Pillow	Unan
Sheets	Kumot
Sofa	Supa'
Rocking chair	Silyon, Tumbatumba

Open the window.	Buksán mo ang bintanà.
Open the door.	Buksán mo ang pintô.
Close the door.	Isará mo ang pintô.
Where is your daddy?	Násaán ang tatay mo?
He is upstairs.	Nasa itaas siyá.
Go upstairs	Pumanhik ka.
Come downstairs.	Pumanaog ka.
He is at home.	Nasa bahay siyá.
Come home early.	Umuwî kang maaga.

MEAT

Sausage	Soriso
Beefsteak	Bisték
Beef	Karné ng baka
Boiled beef	Nilagang karné
Roast beef	Karneng asado

44

Stewed meat	Karnéng gisado
Broiled meat	Inihaw na karne'
Well done	Lutong mabuti
I want it rare.	Malasado ang ibig ko.
Overdone	Lagpás ang pagkáluto
Bacon	Tosino
Ham	Hamón
Pork	Karné ng baboy
Milkfish	Bangús
Smoked fish	Tinapa'
Dried fish	Tuyô
Shrimp	Hipon
Crab	Alimango
Seacrab	Alimasag
Oyster	Talabá

For how much is **bangus** selling now?	Magkano ang benta ng ba- ngús ngayón?
Two-fifty a kilo.	Dos-singkuwenta isáng kilo.
Where is it good to go marketing?	Saán mainam mamalengke?
At the Central Market.	Sa Central Market.
There the prices of commodities are low.	Mababà ang halagá ng mga bilihin doón.

VEGETABLES AND FRUITS

Lettuce	Litsugas
Pechay	Petsay
Cabbage	Repolyo
Raddish	Labanos
Onion	Sibuyas
Garlic	Bawang
Ginger	Luya
Mustard	Mustasa
Eggplant	Talóng
Squash	Kalabasa
White squash	Upo
Banana	Saging

Avocado	Abukado
Papaya	Papaya
Mango	Manggá
Orange	Dalandán
Pomelo	Suhà
Apple	Mansanas
Sugar-apple	Atis
Lanson	Lansones
Santol	Santól
Pineapple	Pinyá

How much is a kilo of garlic?	Magkano isáng kilo ng bawang?
Is this papaya sweet?	Matamís ba ang papayang itó?
This lettuce is fresh.	Sariwà ang litsugas na itó.
Mangoes are now in season.	Panahón na ng manggá ngayón.
Ripe bananas are sweet.	Ang hinóg na saging ay matamís.
Unripe mangoes)	Manggáng hiláw
Green mangoes)	
Ripe mangoes	Manggáng hinóg
Half-ripe mangoes	Manggáng mánibaláng
Pickled mango	Burong manggá

ANIMALS and INSECTS

Bear	Oso
Bird	Ibon
Bull	Toro
Carabao	Kalabáw
Cat	Pusà
Young cat	Kutíng
Chicken	Manok
Chick	Sisiw
Cow	Baka
Crocodile	Buwaya

Deer	Usa'
Dog	Aso
Baby dog /puppy	Tuta
Elephant	Elepante
Frog	Palaka
Goat	Kambing
Hen	Inahin
Horse	Kabayo
House lizard	Butiki
Lion	Leon
Monkey	Unggoy
Mule	Mula
Parrot	Loro
Pig	Baboy
Wild pig	Baboy-ramo
Baby pig	Biik
Young pig	Kulig
Pullet	Dumalaga
Rat	Daga
Rooster	Tatyaw, katyaw
Sheep	Tupa
Snake	Ahas
Tiger	Tigre
Wolf	Lobo
Ant	Langgam
White ant	Anay
Bee	Bubuyog
Butterfly	Paruparo
Cock	Tandang, Tatyaw, Katyaw
Cockroach	Ipis
Dragonfly	Tutubi
Flea	Pulgas
Fly	Langaw
Mosquito	Lamok
Bedbug	Surot

The horse is bigger than the dog.	Ang kabayo ay malaki kaysa aso.

47

Hens lay eggs.	Ang mga inahín ay nangí-ngitlóg.
The carabao is a useful animal.	Ang kalábaw ay isáng hayop na pinakikinabangan.

METALS

Copper	Tansô
Gold	Gintô
Iron	Bakal
Lime	Apog
Silver	Pilak
Steel	Asero
Tin	Estanyo

Iron is hard.	Matigás ang bakal.
Gold is costly.	Mahalagá ang gintô.
The sword is made of steel.	Ang espada ay yari sa asero.

MUSIC

Mandolin	Mandolín
Piano	Piyano
Violin	Biyolín
Organ	Órgano, Organ
Concert	Konsiyerto
Guitar	Gitara
Harmonica	Silindro
Flute	Pláuta
Note	Nota

The band is playing.	Tumutugtóg ang banda.
I'll play on the piano.	Tútugtóg akó ng piyano.
Sing, and I'll accompany you at the piano.	Umawit ka, at sásaliwán kitá sa piyano.

* Kitá is a dual pronoun standing for the person speaking and the person spoken to at the same time. For example: "I'll acompany you to the station." Sásamahan kitá sa istasyón. "I'll buy you a book." Ibibilí kitá ng isáng libro.

| Let's go to the concert tonight. | Pumunta tayo sa konsiyerto mámayang **gabi.** |

WEATHER

storm	bagyó
typhoon	bagyó, sigwá
flood	bahâ
rain	ulán
lightning	kidlát
thunder	kulóg

How is the weather?	Anó'ng lagáy ng panahón?
It is fine weather.	Magandá ang panahón.
It is bad weather.	Masamâ ang panahón.
It is very hot.	Totoong mainit.
It is cold.	Magináw.
It is very windy.	Totoong mahangin.
It is very muddy.	Totoong maputik.
It is raining.	Umúulan.
It rained yesterday.	Umulán kahapon.
Perhaps it is going to rain.	Marahil ay úulán.
The weather is changeable.	Pabagu-bago ang panahón.

CONVEYANCES

car	kotse
train	tren
automobile	awto
terminal	terminal
bus	bus
airplane	eruplano
taxi	taksi
bicycle	bisikleta
jeepney	dyipni
truck	trak
station	istasyón
calesa	kalesa

banca	bangkâ
ship	bapór
motorcycle	motorsiklo
tricycle	tráysikel
scooter	iskuter
Call a taxicab for me.	Itawag mo akó ng isáng taksi.
It is dangerous to ride on a scooter.	Mapanganib ang sumakáy sa iskuter.
Take us to the station.	Dalhín mo kamí sa istasyón.
Let's take a taxi.	Kumuha tayo ng isáng taksi.
How much is the fare?	Magkano ang bayad?
Is the train faster than the bus?	Matulin ba ang tren kaysa bus?
No, but it is safer.	Hindî, nguni't mas ligtás sa panganib.
Where are we now?	Násaán tayo ngayón?
Turn to the right.	(Mano.
	(Ilikô mo sa kanan.
Turn to the left.	(Silya.
	(Ilikô mo sa kaliwâ.
Stop.	Para.
Do not overtake.	Huwág kang lúlusót.
Tip.	Tip.

DIRECTING (The dialogue and manner of questioning faithfully reflects native culture.)

Mister, may I ask something?	Ginoo, puwede pô bang magtanóng?
Yes, sir, what is it?	Opo, anó pô iyón?
Where here is the house of Dr. Cruz—Dr. Jose Cruz?	Saán pô rito ang bahay ni Dr. Cruz—Dr. Jose Cruz?
Over there, on the next corner. You'll see a sign board.	Doón sa súsunód na kanto. May mákikita kayóng karátula.

Dr. Cruz? Jose Cruz? I...I do not know him, sir. I am new in this place.

Thanks, sir.

Welcome, sir.

Dr. Cruz? Jose Cruz? Hindî ko...hindî ko pô siyá nákikilala. Bago lamang pô akó rito eh.

Salamat pô, ginoo.

Walâ pong anumán.

IDIOMATIC TAGALOG PHRASES

Bago (New)

bagong gising	just awakened
bagong paligò	just taken a bath
bagong dating*	just arrived
bagong bilí	newly bought
bagong bihis	newly dressed, has or have just changed
bagong sukláy	newly combed
bagong labá	newly laundered
bagong hugas	newly washed
bagong plantsa	newly pressed
bagong gawâ	newly made
bagong pintá	newly painted
bagong kasál	newlywed(s)
bagong lutò	newly cooked
bagong saing	newly boiled (said of rice)
bagong tayô	newly built/newly constructed
bagong taním	newly planted
Bagong gising si Juan.	Juan has just awakened.
Bagong bihis si Ana.	Ana has just changed.

---

*But we do not say **bagong alis** for "just left." We say "Kaáalis lamang." Ex.: **Kaáalis lamang ni Maria.** Maria has just left. Other examples of this form are: **Kakákain ko lamang.** I have just eaten. **Kabábasa ko lamang.** I have just read. **Kaíinóm ko lamang.** I have just taken a drink.

Bagong pintá ang bahay ko.	My house is newly painted.
Bagong bili ang kaniláng kotse.	Their car is newly bought.
Bagung-bago iyán.	That is brand-new.
Pakanin natin ang mga bagong datíng.	Let us feed the new arrivals.
Bagong datíng siyá. Bayaan mong magpahinga.	He/She has just arrived. Let him/her rest.

Marunong (Wise/Knowledgeable)

marunong ng Ingles	knows English
marunong ng Latin	knows Latin
marunong lumangóy	knows how to swim/can swim
marunong sumayaw	knows how to dance/can dance
marunong bumasa	knows how to read/can read
marunong makisama	knows how to get along with others
marunong makibagay	knows how to adjust self to new conditions
marunong tumugtóg	knows how to play a musical instrument
marunong sumulat	knows how to write/can write
marunong na marunong	very wise/very intelligent
marunong magmaneho (ng kotse)	knows how to drive/can drive a car
Marunong ka ba ng Latín?	Do you know Latin?
Hindî siyá marunong ng Tagalog.	He does not know Tagalog.
Marunong ka bang lumangóy?	(Do you know how to swim? (Can you swim?
Marunong siyáng bumasa at sumulat.	(He knows how to read and write. (He can read and write.
Marunong akóng tumugtóg ng piyano.	I know how to play the piano.

Marami (Many, much)

Siya'y maraming kaibigan.)	He has many friends.
Marami siyáng kaibigan.)	
Marami siyáng salapî.)	He has much money.
Siya'y maraming salapî.)	
Marami akóng ginágawâ.	I have much to do.
Marami akóng ginawâ.	I had much to do.
Marami akóng gágawín.	I shall have much to do.

May   (Sense 1: There is/was/are/were)
        (Sense 2: Has/have/had)

Walâ   (The opposite of **may** in either sense)

May tao sa loób.	There is a man inside.
Waláng tao sa loob.	There is nobody inside.
May pulong tayo.	We have a meeting.
Walâ tayong pulong.	We have no meeting.
May bagong aklát akó.	I have a new book.
Waláng bagong aklát si Pedro.	Pedro doesn't have a **new** book.

Na + rito/riyán/roón*

Walâ indicates absence, the opposite of the **na** above.

Nárito silá.	They are/were here.
Walâ silá rito.	They are/were not here.
Naroón ang mga batà.	The children are/were there.
Walâ roón ang mga batà.	The children are/were not there.
Nariyán ang lapis.	The pencil is/was there.
Walâ riyán ang lapis.	The pencil is/was not there.

*****Na** indicates "presence". **Rito** (from **Dito**) means "here"; **riyán** (from **diyán**) means "there", **roón** (from **doón**) means "there yonder". Generally, **d** is changed to **r** when it occurs between two vowels; as, **marami** from **madami**).

May and Mayroon

May asukal ba sa bote?	Is there sugar in the bottle?
Walâ na.	No more.
Mayroón.	There is.
May ginagawâ silá.	They are doing something.
May ginawâ silá.	They did something.
May gágawín silá.	They will do something.
Mayroón pa bang gágawín?	Is there anything else to do?
Mayroón.	There is.
May gágawín pa ba?	Is there anything else to do?
Mayroón.	There is.

SOME USEFUL TAGALOG PHRASES
AND THEIR USES

Sa anú't anó man	At all events
Mangyari pa.	Of course.
Ewan ko.	I don't know.
Hindî bale.	Never mind.
Anumán ang mangyari	Happen what may
Bahalà na.	It's up to to Dame Luck.
Ikáw ang bahalà.)	It's up to you.
Ikáw ang masúsunód.)	
Akó ang bahalà.	I'll take care of the situation.
Sa anú't anó man, mabuti na ang nakahandâ.	At all events, it's good to be prepared.
T. Sásama ka ba?	Q. Are you coming along?
S. Mangyari pa, sásama akó.	A. Of course, I'm coming along.
Anumán ang mangyari, sásama akó.'	Happen what may, I'm coming along.
T. Iiksamen ka ba?	Q. Will you take the examination?
S. Bahalà na.	A. (The idea expressed by this phrase here is not the same as that ex-

---

Note: T stands for "Tanóng" (Question).
   S stands for "Sagót" (Answer)

pressed by "It's up to
Dame Luck." Here it
means, roughly, "I do
not know; I may, or I
may not.")

MORE USEFUL PHRASES, ETC.

I. Pagkatapos na pagkatapos .... Immediately after ....

Pagkakaing-pagkakain .... Immediately after eating....

Pagkágising na pagkágising .... Immediately upon waking up ....

Pagdatíng na pagdating .... Immediately upon arrival...

Pagkaalís na pagkaalis .... Immediately after the departure ....

Sentences:

Pagkatapos na pagkatapos ng iyóng ginágawâ, parito ka sa akin.

(Immediately after you are through with your work, come to me.)

Pagkaalís na pagkaalís mo, dumatíng silá.

(Immediately after you had left, they arrived.)

Pakágising na pagkágising niya, itinanóng ka.

(Immediately upon waking up, he asked for you.)

II. Kung akó ikáw........ If I were you ....

Kung akó'y mayaman .... If I were rich ....

Kung dî lamang alang-alang sa iyó.......... Were it not for your sake...

Kung walâ lamang akóng sakít .... If only I were not sick.....

Kung naparito ka ...... Had you come ....

Kun nárito ka .... If you were here ....

55

mahusay sumayaw	dance (s) well
magandang lumakad	walk (s) beautifully
Magaling tumugtog (ng pi- yano)	play (s) (the piano) well
Maagang gumising	rise (s) early
maingat lumakad	walk (s) carefully
malinaw magsalita	speak (s) clearly
mabuting makisama	get (s) along well with others
Mahusay sumayaw si Ana.	Ana dances well.
Maagang gumising si Pedro.	Pedro rises early.
Malinaw magsalita ang guro.	The teacher speaks clearly.

Ang totoo'y...	The fact is...
humigit-kumulang...	more or less
kung sa bagay...	in point of fact...
paroo't parito...	going back and forth...
magparoo't parito....	to go back and forth...
nag-uurung-sulong...*	hesitating...
Nag-uurung-sulong ako; hindi ko masabi kung dapat akong sumama o hindi.	I am hesitating; I cannot tell whether I should go or not.

---

*From the two words **urong**, 'to move backward' and
sulong, 'to move forward!...

PART II:

THE STRUCTURE OF TAGALOG

THE STRUCTURE OF TAGALOG

As morphology deals with the structure of words, so syntax deals with the structure of word groups. In the following pages the reader will be introduced to some elementary notions with respect to the structure of Tagalog. In this study, attempt will be made to apply to Tagalog the four basic syntactic structures known to linguists.

A. Structure of Modification.

Components: headword and modifier, in many cases connected by a ligature. The modifier is aslo called attribute. Ex.:

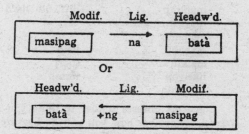

(Note: Re-reading of the section on Ligatures is suggested.)

Exercise 1.

Vocabulary

maluwang) ··········	broad, wide
malapad)	
makipot) ············	narrow
makitid)	
malinis ··············	clean
marumí ··············	dirty
bakú-bakô ··········	bumpy
makinis ··············	smooth
daan ················	street, road

59

<pre>
          lansangan .... highway
          eskina .... alley
</pre>

Using **daan, lansangan,** or **eskina** as the headword,
and the adjectives in the list as modifiers or attributes,
construct as many phrases as possible based on the struc-
ture of modification. Make two groups of these phrases:
in the first group, have the modifier before the headword;
reverse the order in the second group. Be sure to use
the ligature correctly. Example:

<pre>
               marumíng lansangan
               lansangang marumí
</pre>

Exercise II.

Vocabulary

<pre>
     mahirap .... difficult, hard
     magaan) .... easy
     madalî)
     mahabà .... long
     maiklî .... short
     liksiyón .... lesson
     kuwento .... story
</pre>

Construct phrases similar to those you made in Ex-
ercise I. Remember how you use the ligature.

Sometimes the modifiers are phrases instead of single
words. Headwords and phrase modifiers are what you
will combine in the following exercise.

Exercise III.

Vocabulary

<pre>
     nasa kahón .... in the box, in the drawer
     nasa mesa .... on the table
     nasa likód .... behind, at the back
     nasa likód ng pintô .. behind the door
     nasa ibabaw .... on top
     nasa ibabaw ng
       piyano .... on top of the piano
     nasa itaas .... upstairs, above
</pre>

nasa itaas ng
salamín .... above the mirror
nasa ibabâ .... below
nasa ibabâ ng
bundók .... below the mountain
aklát .... book
basket .... basket
silya .... chair
payong .... umbrella
kubo .... cottage
plorera .... flower-vase
larawan .... picture
ilawán .... lamp
baso .... drinking glass

Using the nouns as headwords, construct as many combinations as you can according to the structure of modification. Select the appropriate phrases for your modifiers. Example:

nasa mesang baso
basong nasa mesa

Besides phrases, clauses are also used as modifiers. We will come to this later. Meanwhile, do the following additional exercise.

Exercise IV.

In Tagalog, verb forms in any tense are used as modifiers doing the work of adjectives.

Vocabulary

bumábasa .... reading
bumasa .... read (past)
bábasa .... will read
binábasa .... being read
binasa .... was or were read
bábasahin .... to be read
batà .... child
batang lalaki .... boy
batang babae .... girl
tulâ .... poem

kuwento .... story
aklát .... book

Select one of the nouns for your headword and combine it with the appropriate modifiers (verb forms) from the list so as to make several phrases according to the structure of modification. Example.

bumábasang batà
batang bumábasa

Exercise V.

With batà as your headword, make phrases with the following as the modifiers:

tumátawa .... laughing
tumawa .... laughed
sumúsulat .... writing
sumulat .... write
natútulog .... sleeping
úutusan .... to be sent on an errand
naglálaró .... playing
tumátakbo .... running
tumakbo .... run
tátakbo .... will run

Exercise VI.

Re-write all the phrases you have made from Exercise I to Exercise V placing the word ang (the) before each. Examples:

(1) ang masipag na batà
                        (the industrious child)
     ang batang masipag

(2) ang batang bumasa
                        (the child who read)
     ang bumasang batà

In the exercises above, the headwords are all nouns.

Adjectives, adverbs and verbs also serve as head words.

If the headwords are adjectives, the modifiers are adverbs; if verbs, the modifiers are adverbs; if adverbs, the modifiers are other adverbs.

Exercise VII. (The headword is an adjective).

Vocabulary

mahinhín	....	modest
mataas	....	tall, high
pandák (said of persons)	....	short
mababà	....	low
mahál	....	dear, costly
mura	....	cheap
lubhâ	....	very
totoo*	....	really
masyado**	....	too

Note: * As an adjective, totoo, means 'true'. ** Masyado is from the Spanish 'demasiado'.)

Select your adjective for headword and combine it with the appropriate adverbs so as to form a structure of modification. Do not forget your ligature. Example:

> masyadong mahál
> mahál na masyado

Exercise IX. (The headword is a verb.)

Vocabulary

umuwî	....	to come home, came home
lumakad	....	to walk, walked; to depart, departed
tumakbó	....	to run, ran
nag-aral	....	studied
nag-áaral	....	is, are, was, were studying
tumindíg	....	to stand, stood
naupô	....	sat down
natulog	....	went to bed

gumising	....	to wake up, woke up
nagdilíg	....	watered (the plants)
maaga	....	early
mabuti	....	well (As an adjective, mabuti means 'good'.)
marahan	....	slowly, softly
matulin	....	fast

Select your headwords from the list of verbs above. Then choose the adverbs that can go with them and make sensible combinations according to the structure of modification. Example:

maagang natulog

natulog na maaga

Exercise X. (The headword is an adverb.)

Vocabulary

talagaˊ	....	really
lubhâ	....	very
sadyâ	....	truly
maaga	....	early
bibirà	....	seldom
malimit)	....	frequent
madalás)		

Using the first three as your modifiers, select your headwords from the remaining four words and form phrases according to the structure of modification.

B. Structure of Predication.

This syntactic structure contains the following components: Subject and Predicate. If the stubject precedes the predicate (S-P), the connector **ay** is used between them.

1. The predicate may be a noun:

(The P indicates "natural" order. In Tagalog, the natural order is P-S, not S-P.)

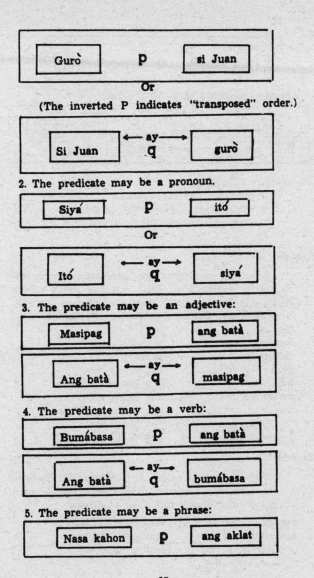

| Gurò | p | si Juan |

Or

(The inverted P indicates "transposed" order.)

| Si Juan | ← ay → q | gurò |

2. The predicate may be a pronoun.

| Siyá | p | itó |

Or

| Itó | ← ay → q | siyá |

3. The predicate may be an adjective:

| Masipag | p | ang batà |

| Ang batà | ← ay → q | masipag |

4. The predicate may be a verb:

| Bumábasa | p | ang batà |

| Ang batà | ← ay → q | bumábasa |

5. The predicate may be a phrase:

| Nasa kahon | p | ang aklat |

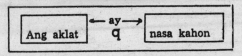

6. The predicate may be a clause:

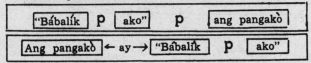

Vocabulary: bábalík........shall, will return
pangakò........promise
"I shall return" is/was the promise.
The promise is/was "I shall return."

Exercise I.

Construct structures of predication with the following components. First, use the words in the first column as predicate, then use them as subjects. For example: **Dentista si Carlos. Si Carlos ang dentista.**

dentista	si Carlos
doktór, doktora	si Maria
gurò	ang aking amá
inhinyero	ang kanyáng pinsan
mekániko	ang aking kapatíd
tsupér	ang aming kapitbahay (neighbor)
kusinero, kusinera	ang aking tiyó

Exercise II.

With the words in the first column in Exercise I as headwords, construct structures of modification with the help of the following modifiers:

masipag (industrious)	mahusay (skillful)
mabaít (kind)	maingat (careful)
populár (popular)	bantóg (famous)

Exercise III

Combine the structures of modification you made in Exercise II with the structures of predication you made in Exercise I. For example:

P — S 1. Mahusay na dentista ang aking tiyó.
S — P 2. Ang aking tiyo ay mahusay na dentista.

C. Structure of Complementation

Components: A verbal element and a complement (indicated by a capital C). The relator **ng** relates the verbal element to the complement.

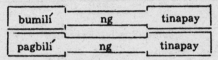

Vocabulary:

bumilí .... to buy, bought
tinapay .... bread
pagbilí .... act of buying
ng (short form of 'nang') is a connective relating the verbal element to the complement which is its object.

D. Structure of Coordination

Components: Equivalent grammatical units:

1. They may be single words. Example:

Both nouns:

| karayom | at | sinulid |

Both verbs:

| sumasayaw | at | umaawit |

Vocabulary:

karayom .... needle

at .... and
sinulid .,.......... thread
sumásayaw .... dance (s)
umáawit .... sing (s)

2. They may be sentences, each of which is a **structure of predication.** Example:

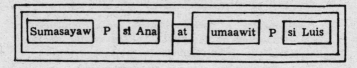

Some Special Exercises

I. Construct sentences in which ————

1. a structure of complementation forms part of a structure of predication. Example:

   Bumili ng tinapay si Pedro.

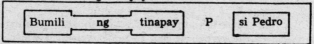

Explanation:

   Bumili ng tinapay (structure of complem.)..Predicate
   si Pedro .... Subject

2. a structure of modification forms part of a structure of predication.

3. a structure of modification and a structure of complementation form part of a structure of predication.

4. a structure of coordination forms part of a structure of complementation and both forming part of a structure of predication.

The vocabulary lists appearing in various sections of Part I of this book provide words that may appropriately be used in the exercise above.

In Tagalog, word arrangement of sentences is influenced by the subject, resulting in what may be called "split" predicates. For example, in the sentence, **Bumili ng tinapay si Pedro**, in which the subject is a noun, the subject (**si Pedro**) comes at the end of the sentence. This word order admits of a change resulting in what may be called a "split" predicate, thus:

Bumili SI PEDRO ng tinapay.

But when the subject is a pronoun, the only acceptable word order is one where the predicate is "split". Thus:

Bumili SIYA ng tinapay.

Questions in Tagalog are generally formed with the help of the particle **ba**, inserted within the sentence after the word that implies the answer needed. Thus:

Bumili ba siya ng tinapay?
(Did he buy bread?)

That is, did he go to buy bread and not to do something else?

––––––––––****––––––––––

SOME PATTERNS OF QUESTIONS IN TAGALOG

This is a more or less detailed supplement to the brief explanation of question-making illustrated in the preceding section.

Questions in Tagalog follow a more or less uniform pattern, with slight modifications depending on certain elements like the actor, the action, the object of action, place of action, time of action, etc., as emphasis may require. A close scrutiny of the following typical questions will help.

Place	Actor	Action	
Saán	ka/kayó	púpunta?	Where are you going?
			Where will you go?

Time	Actor	Action	
Kailán	ka/kayó	púpunta?	When will you go?

Reason	Actor	Action	
Bakit	ka/kayó	púpunta?	Why you will go?

Frequency	Actor	Action	
Makáilán	ka/kayó	púpunta?	How many times will yo go?

Action	"Ba"	Actor + Time

Púpunta ba

- (kayó (you) bukas? (tomorrow)
- (siya (he/she) sa Linggo? (next Sunday)
- (sila (they) sa buwáng dárating? (this coming month)
- (si Maria (Maria)
- (sina Maria (Maria and others)

Púpunta ka ba?*   Will you go?

SPECIAL SENTENCE STRUCTURES

I. Special sentence structures result from the use of:

A. Adjectives formed with the prefixes "nápaka-" plus the word-base (e.g., nápakaganda, 'extremely beautiful'), "pagká-" plus the reduplicated word-base (e.g., pagkáganda-ganda, 'very very beautiful'), "nápaka-" or "pagká-" plus the word-base reduplicated in the first syllable (e.g., pagkágaganda, 'very, very beautiful' in the plural sense; pagkáliliksí, 'very, very nimble' also in the plural sense; nápakagaganda, 'extremely

---

*Note the position of "ba" when the subject is the postpositive form of "ikáw". Compare: "Ikáw ba'y pupunta?"

70

beautiful' in the plural sense; nápakaliliksí, 'extremely nimble' also in the plural sense).

B. Verbs formed with the prefixes "ka-", "kapa-", kapag-" plus a verbal word-base reduplicated in the first syllable. For example:

kakákain	Word-base is 'kain' (eat)
kapalíligò	Word-base is 'ligo' (bath)
kapagsásalitâ	Word-base is 'salita' (word, speak)

Sentences:

A.
Nápakaganda mo.	You are extremely beautiful.
Nápakaganda ni Maria.	Maria is extremely beautiful.
Nápakagaganda nila.	They are extremely beautiful.
Nápakagaganda nina Maria.	Maria and company are......
Pagkásipag-sipag niya.	He/She is very, very industrious.
Pagkásisipag nila.	They are very, very industrious.
Pagkáliliksí ng mga bata.	The children are very, very nimble.

B.
Kakákain ko lamang.	I have just eaten.
Kapalíligò lamang ng mga bata.	The children have just taken a bath.
Kapagsásalitâ lamang ng Presidents.	The President has just spoken.

(The verbs in the above sentences express recent perfect action.)

---

*Note that the last consonant of the first syllable of 'liksi' (nimbleness) is not included in the reduplication. This is always the case when CVC first syllables are reduplicated.

71

Exercises

I. Form verbs similar to 'kakakain' with the following verbal word-bases:

inóm	(drink)	linis	(clean)
alís	(depart)	hugas	(wash)
tulog	(sleep)	punas	(wipe)
sulat	(write)	bilí	(buy)
basa	(read)	higâ	(lie down)
datíng	(arrive)*	bangon	(get up)

Use each in an interesting sentence.

II. Form verbs similar to 'kapalíligò' with the following verbal word-bases:

kumpuní   (repair)
kuha   (get, fetch)
bilí   (buy)

Use each in an interesting sentence.

III. Form verbs similar to 'kapagsásalitâ' with the following verbal word-bases:

bigay   (give)   lutò   (cook
bihis (change clothing)   bayad   (pay)

Use each in an interesting sentence.

COMMAND AND/OR REQUEST PATTERNS

Where the subject of the sentence is supposed to be the actor, the "maki-" form of request is used. For example:

Makikuha ka ng tubig.   Please get (some) water.
Makibili ka ng tinta.   Please buy ink.

If it is a command or suggestion:

Kumuha ka ng tubig.
Bumili ka ng tinta.

Where the subject is supposed to be object of the action, the "paki-" form in used. For example:

---

*Change **d** to **r** in the new word.

Action	Subject

Pakikuha mo ang lapis sa kahón. Please get the pencil in the drawer.

Where the subject is the one to be benefited, two request affixes are used: **paki-......-an**, and **ipaki-**. For example:

Action	Direct object	Subject
Pakibigyán	mo ng tubig	si Juan.

Please give Juan (some) water.

Also:

Action	Subject	Direct object
Pakibigyán	mo akó	ng tubig.

Please give me (some) water.

(Note the contraction of the word-base "bigáy".)

Action	Subject	Direct object
Ipakikuha	mo akó	ng tubig.
Ipakibili	mo akó	ng tinapay.

Please get me (some) water.

Please buy me (some) bread.

APPENDIX

THE VERY USEFUL INTERROGATIVE ANO?

The Tagalog interrogative pronoun **Ano?** means 'What?' It is used in asking a variety of everyday questions, such as:

Anó raw?*	What did he/she/they say?
Anó 'ka mo?**	What did you say?

This pronoun can be verbalized in two ways: it can be prefixed with UM and thus become an UM verb (umano, 'to do aught'), or suffixed with HIN and thus become an IN (HIN) verb (anuhín/anhín, 'to do something with'). These verbs are conjugated as follows:

Infinitive	Indicative		
	Present	Past	Future
Umano	umáano	umano	áano
anhín	ináano	inano	áanhín

Sentences:

Umáano ka sa simbahan kung Linggó?	What do you do in the church on Sunday?
Nakíkinig akó ng Misa.	I hear Mass.
Umano ka sa Quezon City?	What did you do in Quezon City?
Nagbayad akó ng buwis.	I paid my tax.
Aano ka sa Baguio?	What will you do in Baguio?
I will rest.	Magpapahinga ako.
Ináano mo iyáng patpat?	What are you doing with that stick?
Inano mo ang batà? Bakit umiiyák?	What did you do to the child? Why (is he) crying?

---

*The **d** in the particle **daw** is generally changed to **r** when it comes between two vowels as in the above case. **Daw** is roughly equivalent to 'so they say', 'so it is said.'

The expression is a contraction of **Ano ang winikà mo? (ANO ang winiKA MO? What was it that you said?)

77

Aanhín mo ang sala-   What will you do with that
ping iyán?   money?

MORE ABOUT ARTICLES, Etc.

Tagalog grammarians classify Tagalog articles as common and proper. The common articles (**ang, ng, sa**) are those used before common nouns (**ang bata, ng bata, sa bata.**) **Ang** is considered as being in the nominative case, the possessive and objective forms being **ng** and **sa**, respectively.* This classification is attributable to the influence of their Spanish education.

The proper articles (**si, ni, kay**) are those used with the proper names of persons or of things presonified (**si Pedro, ni Pedro, kay Pedro. Si** is considered as being in the nominative case, while **ni** and **kay** are considered as being in the possessive and objective case, respectively.

Common articles are made plural simply by using the particle **mga** (pronounced **mah-ngah**) after them. Thus:

Singular	Plural
ang	ang mga
ng	ng mga
sa	sa mga

Ex.:   ang **batà** (the child)......**ang mga batà** (the children)

ng **batà** (of the child, by the child......**ng mga batà** (of the children, by the children)

sa **batà** (to, with, from the child)

sa **mga batà** (to, with, from the children)

Proper articles have their plural forms also.

si Pedro (Pedro, alone).......sinà Pedro (Pedro and others)

ni Pedro (of, by Pedro).......ninà Pedro (of, by Pedro and others)

---

*See section on Articles and Connectives of this book, p. 4 and ff.

kay Pedro (to, with, from Pedro)......**kina Pedro**
(to, with,
Pedro and
others)

VERBS THAT EXPRESS ACTS OF NATURE

Verb	Present	Past	Future
umulán (to rain).....	umúulán.....	umulán......	úulán
kumidlát (to flash -	kumikidlát...	kumidlát....	kíkidlát
lightning)			
kumulóg (to thunder)	kumúkulóg...	.kumulóg.....	.kú-
humangin			kulóg
(wind to blow)-	humahangin -	humangin-	háhangin
bumahâ (to flood)....	bumábahâ....	bumahâ....	bábahâ
lumindol (earthquake ·	lumílindól....	lumindól....	lilindól
to occur)			

Sentences:

Umúulán.	It is raining.
Umulán kahapon.	It rained yesterday.
Úulán ba?	Will it rain?

VERBS THAT EXPRESS "PHYSICAL" FEELINGS

Verb	Present	Past	Future
máihî (to feel like ..	náiihî........	náihî......	máiihî
urinating)			
mátae (to feel like ..	nátatae........	nátae......	mátatae
moving one's bowels)			
magtae (to have	nagtátae....	nagtae.....	magtátae
loose b. m.)			
masuká (to feel like ..	násusuká ...	násuka....	másusuká
vomiting)			
magsuká (to vomit) ...	nagsúsuká..	nagsuká...	magsúsu-ká
mag-antók (to feel ..	nag-áantók..	nag-antók..	mag-áan-tók
sleepy)			

magutom (to feel .....nagúgutom..nagutom..magúgu-
      hungry)   tom
mauhaw (to feel thirsty). nauúhaw....nauhaw...mauúhaw
mahilo (to feel dizzy) ..nahíhilo.... nahilo. ...mahihilo

Sentences:

Nahíhilo si Ana   Ana feels dizzy.
Nauúhaw ka ba?   **Are you thirsty?**
Nagtae siyá kahapon.   He/She had loose bowel
                       movement yesterday.

VERBS THAT EXPRESS EMOTIONS

Verb	Present	Past	Future
malungkót (to feel sad)	..nalúlungkót..	nalungkót..	malúlungkót
matuwâ (to be glad)	..natútuwâ...	natuwâ...	matútuwâ
magalák (to rejoice)	..nagágalák..	nagalák...	magágalák
mamangláw (to feel lonesome)	..namámangláw..	namangláw..	mamámangláw
magalit (to be angry)	...nagagalit..	nagalit...	magagalit
magselos (to be jealous) manibughô	..nagseselos..	nagselos..	magséselos
managhilì (to be envious)	..nananaghili..	nanaghili..	mananaghili

Sentences:

Nanánaghilì siyá sa iyó. He envies you.
Bakit ka malungkot?   Why are you sad?

VERBS THAT EXPRESS ANSWER TO CALL
OF NATURE

Verb	Present	Past	Future
tumae (to move one's bowels)	..tumátae....	tumae....	tátae
umihì (to urinate)	....umíihì.....	umihì......	íihì
uminóm (to drink)	...umíinóm...	uminóm....	íinóm

matulog (to go to sleep)..natútulog..natulog..matútulog
sumuka (to vomit) ..... sumúsuka. sumuka..súsuka
kumain to eat) ....kumákain.kumain..kákain

Sentences:

Natútulog ang Tatay.   Dad is asleep.
Tumátae siyá araw-araw   He moves his bowels
                          every day.
Uminóm ka ng gamót.   Take some medicine.

VERBS THAT EXPRESS SOCIAL ACTS,

Verb	Present	Past	Future
makilugód (to rejoice with)	..nakikilugód....	nakilugód...	makiki-lugód
makidalamhatì (to sympathize) condole, with)	....nakikida-lamhatì	.nakidalam-hatì	...makiki-dalamhatì
makiramay (ibid.)	....nakíkiramay..	.nakiramay..	.makíki-ramay
makikain (to eat with)	.nakíkikain	...nakikain	..makíki-kain
makiinóm (to ask for a drink from someone)	.....nakikiinóm..	...nakiinóm	..makíki-inóm
makisunò (to live with others in the latter's house)	..nakíkisuno	....nakisunò	..makíki-sunò
makisakáy (to hitchhike)	........nakikisakáy	..nakisakáy	makíkisa-kay

Sentences:

Nábalitaan kong nama-   I heard that your Mommy
táy ang iyóng Nanay.   died.
Nakíkiramay ako.   I condole with you
Nakisakáy siyá sa amin. He hitchhiked with us.

VERBS THAT EXPRESS RECIPROCAL OR CONCERTED ACTION

Verb	Present	Past	Future
magtáwanan (to laugh in concert)	..nagtatawanan..	.nagtáwanan..	..magtáta-wanan
mag-íyakan (to cry all at the same time)..	.nag-íiyakan	..nag-iyakan...	mag-íiya-kan
magtulungán (to help each other)	..nagtútulungán	.nagtulungán...	magtútu-lungán
maglabanán (to contend with each other)	..naglálabanán..	.naglabanán..	.maglálaba-nán

Sentences:

Magtulungán kayó.   Help each other.

Nag-íiyakan ang mga   The babies are crying.
sanggól.

USEFUL OPPOSITES

Nouns

kagandahan (beauty) ...... kapangitan (ugliness)

kasipagan (industry) ...... katámaran (laziness)

kagaspangán (coarseness) .. kapinuhan (fineness)

kahinhinan (modesty) ..... kahambugán (boastfulness)

kapalaluan (pride) .... kababaang-loob (humility)

kalakihan (bigness) .... kaliitán (littleness)

kagitingan (nobility) ...... kaimbihán (pettiness)

kalaparan (broadness) .... kakitiran (narrowness)

kataasan (highness) .... kababaan (lowness)

Adjectives

malakí (big, large) .... maliit (small)

mataas (tall, high) .... mababa (low)

maganda (beautiful) .... pangit (ugly)

masipag (industrious)	tamad (lazy, indolent)
mayaman (rich)	mahirap (poor)
malapad (wide, broad)	makitid (narrow)
maluwang (wide)	makipot (narrow)
maluwag (loose)	masikip (tight)
mabait (kind)	malupit (cruel)

Verbs

magalit (to get angry)	matuwâ (to be glad)
magsama (to go/live together)	maghiwalay (to separate)
magkaloob (to give, to grant)	magkait (to deny)
magtapat (to tell the truth)	magsinungaling (to lie)
matulog (to go to sleep)	gumising (to wake up)
pumayag (to give consent)	tumanggi (to refuse)
ibigay (to give)	bawiin (to take back)
buksan (to open)	isara (to close)
ilantad (to expose to view)	ikubli (to hide from view)
itulak (to push)	kabigin (to pull)
itaas (to put up)	ibabâ (to put down)
iligtas (to save from danger)	ipahamak (to lead into danger)
mabuhay (to live)	mamatay (to die)
ibunyag (to expose to public knowledge)	pagtakpan (to cover up)
yumaman (to become rich)	maghirap (to become poor)
tangkilikin (to protect)	pabayaan (to neglect)
dagdagan (to augment)	bawasan (to reduce)
tumayô (to stand up)	umupô (to be seated)

Phrases

nasa loob (is, are, was were inside	nasa labas (—outside)

nasa itaas (—above, ... nasa ibabâ (—below, down-
    upstairs)   stairs)
nasa gitnâ (—middle) ...... nasa tabí (—on the side)

A GUIDE TO THE CONJUGATION OF
TAGALOG VERBS

There are seven ways of conjugating Tagalog verbs
named after the various verbal affixes. They are as
follows:

    (One way) ....Conjugation in UM.
    (Three ways) ....Conjugation in MA-, MAG-,
                          MANG, and affixes of
                          the same group.
    (One way) ....Conjugation in PA-.
    (Two ways) ....Conjugation in -IN- or NI-.

Conjugation in UM-.

1. First of all, UM verbs have two infinitive forms:
   one in which the UM is a prefix and another in
   which the UM is an infix. Following are some
   examples:

   a. Where UM is a prefix:

      alís (depart) ..... UMalís (to leave)
      urong (move .... UMurong (to move back-
        backward)   ward; to retreat)
      ilag (avoid) ..... UMilag (to avoid)

   b Where UM is a prefix:

      basa (read) ..... bUMasa (to read)
      sulat (write) .....sUMulat (to write)
      bilí (buy) ....bUMilí (to buy)

2. Conjugation guide for UM verbs:

   a. Present tense - Take the first two syllables
   of the infinitive form and add the word-base.

   Thus: umalís...........umáalís

84

```
umurong..........umuúrong
umilag...........umíilag
bumasa..........bumábasa
sumulat..........sumúsulat
bumili............bumibilí
```

b. Past tense — The infinitive form is also the past form of UM verbs.

C. Future tense — Remove the **um** and reduplicate the first syllable of the word-base.

```
Thus: umalís...........áalís
      umurong.........úurong
      umilag...........íilag
      bumasa..........bábasa
      sumulat..........súsulat
      bumilí............bíbilí
```

The first conjugation in MA-, MAG-, MANG-:

1. Under the first conjugation in these affixes we have the following:

MA-: mabasa (**ma + basa**, read) to be **legible**

MÁ-: mábasa (**ma + basa**, read) to have read by accident)

(Generally, the element of involuntariness is implied by the prefixes MÁ- and MAKÁ-, to be distinguished from their unaccented counterparts, MA- and MAKA-, which signify 'ability'.)

MA-...AN, MÁ-...AN: matulungan (**ma+tulong**, help**+an**), 'to be capable of being helped'; mátapakan (**má+tapak**, trod upon, **+ an**), 'to be trodded upon accidentally'.

MA-...-HAN: masamahan (**ma+sama**, accompany**+han**) 'to be capable of being accompanied'. MÁ-... -AN: máligawan (**ma+li-**

85

gaw, pay court, + an), 'to be courted unintentionally'.

MAG- : **magbigáy,** 'to give deliberately', **magsama,** 'to go or live together', **magbasá,** 'to do intensive and extensive reading'.

MAG-...-AN/HAN: **magtulugan.** 'to go to bed all together'; **magkantahan.** 'to sing in concert.' (The word-base of the first is **tulog,** 'sleep', that of the second is **kanta** (from the Spanish **cantar,** 'to sing'), meaning 'song'.

2. Conjugation guide for the first conjugation in MA-, MAG-, MANG-

   a. Present tense — Change the M of the infinitive into N and reduplicate the first syllable of the word-base.

   Thus: matulungan.......natútulungan
          mátapakan.. ......nátatapakan
          masamahan........nasasamahan
          máligawan.........náliligawan
          magbigáy..........nagbibigáy
          magkantahan......nagkákantahan
          magtúlugan........nagtútulugan
          mapakintab,.......napakíkintab
          mangatuwâ........nangatútuwâ

   b. Past tense — Change the M of the infinitive into N.

   Thus: matulungan.......natulungan
          mátapakan.........nátapakan
          masamahan........nasamahan
          máligawan.........náligawan
          magbigáy..........nagbigáy
          magkantahan......nagkantahan
          magtúlugan........nagtúlugan
          mapakintab........napakintab
          mangatuwâ........nangatuwâ

86

c. Future tense — Reduplicate the first syllable of the word-base.

Thus: magtulungán......magtútulungán
       mátapakan........mátatapakan
       masamahan........masásamahan
       máligawan.........máliligawan
       magbigáy..........magbibigáy
       magkantahan......magkákantahan
       magtúlugan........magtutúlugan
       mapakintáb........mapakíkintáb
       mangatuwâ........mangatútuwâ

Second conjugation in MA-. MAG- MANG-

1. Belonging to this conjugation are:

   MAGKA: **magkagalit**, 'to be angry with each
                    other', 'to quarrel.'
        magkasakit, 'to get sick'
   MAGKÁ-: **magkasundô**, 'to be reconciled', 'to
                    arrive at an agree-
                    ment', 'to be in har-
                    mony with each
                    other'
   MAGKA-...-AN: **magkaibigan**, 'to be in love
                    with each other'
   MAGMA-: **magmagaling**, 'to show off'
   MÁPA-: **mápaluhod**, to fall on one's knees
                    accidentally'
   MAKIPAG-...-AN/HAN/NAN: **makipagsuntu-
        kan**, 'to engage in a melee', **makipagtudyu-
        han**, 'to engage in reciprocal teasing', **maki-
        pagtawanan**, 'to join in hilarious laughter'.

2. Conjugation guide:

   a. Present tense — Change the M of the infini-
      tive into N and reduplicate the second syl-
      lable of the affix.

   Thus: magkagalít........**nagkákagalít**

magkásundô.......nagkakásundô
magkáibigan.......nagkakáibigan
magmagalíng..... nagmámagaling
mápaluhod........nápapaluhod
makipagsuntukan.. nakikipagsuntukan

b. Past tense — Change the M of the infinitive into N.

Thus: magkagalit........nagkagalit
magkásundô.......nagkásundô
magkáibigan.......nagkáibigan
magmagaling.. .....nagmagalíng
mápaluhod.........nápaluhod
makipagsuntukan ..nakipagsuntukan

c. Future tense — Reduplicate the second syllable of the affix.

Thus: magkagalit........magkákagalit
magkásundô.......magkakásundô
magkáibigan.......magkakáibigan
magmagaling.. .....magmámagaling
mapaluhod.... .....mapápaluhod
makipagsuntukan ..makikipagsuntukan

Third conjugation in MA-, MAG-, MANG-

1. The following affixes belong to this conjugation:

MANGAGSI-: **mangagsiuwî**, 'to return home' (with a plural subject)

MANGAGKA-: **mangagkagalit**, 'to get angry with one another as a group'

MANGAGKA-...AN: **mangagkátawan**, to fall into a fit of laughter as a group'

MANGAGPA-: mangagpatiwakal 'to commit suicide in group'

2. Conjugation guide:

a. Present tense — Change the M of the infinitive into N and reduplicate the third syllable of the affix.

Thus: mangagsiuwî......nangagsísiuwî
           mangagkagalít......nangagkakagalit
           mangagkátawanan..nangagkakátawanan
           mangagpatiwakál...nangagpápatiwakál

b. Past tense — Change the M of the infinitive into N.

Thus: mangagsiuwî......nangagsiuwî
           mangagkagalít......nangagkagalít
           mangagkátawanan..nangagkátawanan
           mangagpatiwakál...nangagpatiwakál

c. Future tense — Reduplicate the third syllable of the affix.

Thus: mangagsiuwî......mangagsísiuwî
           mangagkagalít.....mangagkákagalít
           mangagkátawanan..mangagkakátawanan
           mangagpàtiwakál...mangagpápatiwakál

Conjugation in PA-

1. The affixes under this conjugation are:

PA-: **pasama**, 'ask to be accompanied', as in -
    Pasama ka sa Tatay mo. Ask your Dad to
                          accompany you.
PASA-: **pasa-América**, 'to go to America'
        pasapoblasyón, 'to go to the town proper'

2. Conjugation guide:

a. Present tense — Prefix the infinitive form with NA and reduplicate the syllable next to PA.

Thus: pasama...........napasasama
        pasapoblasyon......napasasapoblasyon

b. Past tense — Prefix NA to the infinitive.

Thus: **pasama............napasama**

pasa-América..... napasa-América

 c. Future tense — Reduplicate the syllable next to PA.

  Thus: pasama...,.........pasasama
     pasa-América..... pasasa-América

Conjugations in IN or NI

 Notes:

  (1) There are two conjugations here.

  The IN or NI verbs are so-called not after the formation of the infinitive but in view of the use of these infixes in the formation of their present and past tenses. One example will suffice. Take the verb **basagin**, 'to break' (the word-base is **basag**, 'break'). Its present tense is **bINábasag** and its past tense is **bINasag**. Of course, its future tense is **babasagIN**.

  Or take the verb **lamunin**, 'to devour' (the word-base is **lamon**, 'voracious eating'). Its present tense is NIlalamon and its past tense is NIlamon. Its future tense is lalamunIN.

  (2) IN or NI verbs all end in -IN, -HIN, or -NIN. These suffixes are lost in the present and past forms but are restored in the future form.

    Thus: Verb — **basahin** ('to be read, to read')
       Present............binábasa
       (bINábasa)   'is being read'
       Past..............binasa
       (bINasa)   'was read'
       Future............bábasahin
       (bábasaHIN)⁻ 'will be read'

  (3) If the word-base begins with L (as in **lamon**), or with Y (as in **yakag**, 'invitation to come along'), NI is used.

  (4) NI is also used **in the** conjugation of so-called

I- verbs (verbs whose infinitives are prefixed with
I-) whose word-bases begin with H or L.

Thus: **ihandog**, 'to offer' (iNIháhandóg, iNIhan-
dóg, iháhandóg)
ilagáy, 'to place' (iNIlálagáy, iNIlagáy,
ilálagáy)

(5) Verbs conjugated in IN or NI are in the passive
voice; those conjugated in UM, MAG-, MANG-, PA-
and PASA- are in the active voice.

Guide to the first conjugation in IN or NI;

1. Affixes of verbs under this conjugation—
-AN/-HAN. -NAN: **sulatan** (**sulat,** 'writing'), 'to
be written on' 'to write on'
agahan (**aga,** 'early'), 'to do
a thing early'
tawanan (**tawa,** 'laughter'),
'to be laughed at'
I-: **isulat** (**sulat,** 'writing,' 'missive'), 'to put down
in writing.'
-IN, -HIN, -NIN: **ibigin** (**ibig,** 'love', 'want', 'like'),
'to be loved,' 'to love'.
basahin (**basa,** 'read), 'to be
read', 'to read'.
kilalanin (**kilala,** 'recognize'), 'to
be **recognized**', 'to recognize'
'**to be acknowledged,**'
KA-...-IN/HIN: **kaibiganin** (**ibig,** 'love', like',
'want'), 'to befriend'. (**kaibi-
gan,** 'friend')
kasaluhin (**salo,** 'eat with
another'), 'to have one share
a meal'
MA-...IN/-HIN: **maliitin** (**liit,** 'littleness'), 'to be
considered little', 'to consider
'**to belittle**'

91

> **malakihín** (**laki,** 'bigness'), 'to
> be considered big', 'to con-
> sider big'

ISA-: **isaulo** (**ulo,** 'head'), literally, 'to put into
one's head'. Idiomatically, 'to
memorize'

2. Conjugation guide:

a. Present tense — Insert the -IN- or -NI- (as in
the case of some verbs) between the first
consonant of the infinitive and the follow-
ing vowel and then add the infinitive form or
the word-base, as the case may be.

Thus: sulatan........ . ...sinúsulatan
kilalanin... ......kiníkilala
kaibiganin.........kinákaibigan
kasaluhin..........kinákasalo
isaulo............isinásaulo

b. Past tense — Simply insert the -IN- between
the first consonant of the infinitive and the
vowel that follows it.

Thus: sulatan........ .....sinulatan
kilalanin........ ....kinilala
kaibiganin.........kinaibigan
kasaluhin..........kinasalo
isaulo..............isinaulo

c. Future tense — Reduplicate the first syllable
of the infinitive, or the second syllable if
it is an I- verb.

Thus: sulatan............susulatan
kilalanin...........kikilalanin
kaibiganin.........kakaibiganin
kasaluhin..........kakasaluhin
isaulo.............isasaulo

In case of those verbs whose word-bases begin
with L or Y, NI-, instead of -IN-, is used. For present

tense, NI is placed before the infinitive and the first syllable of the infinitive is reduplicated but the suffix-IN is suppressed. For Past tense, NI is simply added before the infinitive, again suppressing the suffix -IN. For Future tense, simply reduplicate the first syllable of the infinitive, retaining the suffix- -IN. Thus:

Infinitive	Word-base	Meaning
limutin	(limot, 'forget'),	'to be forgotten,' 'to forget,'
yakagin	(yakag, 'invitation to come along'),	'to be invited to come along', to invite to come along

Present........Past........Future
nililimot......nilimot......lilimutin
niyayakag.....niyakag.....yayakagin

Guide to the second conjugation in IN or NI:

Affixes of verbs conjugated in this manner are -
KA.... AN/HAN: **kayamután** (yamót. 'impatience)';to be the object of one's impatience'

kawilihan (wili, interest'), 'to be the object of one's interest'

IKA-: **ikalugód** (lugód, 'joy', 'delight'), 'to be the cause of one's joy'

IPA-: **ipalinis** (linis, 'clean') 'to be the object of the act of cleaning'

IPAG-: **ipagbilí** (bilí, amount paid for a purchase'), 'to be sold', 'to sell'

PA-.....-AN/HAN: **paturuan** (turò, 'teach') 'to have somebody taught'

Conjugation guide:

a. Present tense — Insert the -IN- between the

first consonant of the infinitive and the vowel following, and reduplicate the first syllable of the word-base.

(Reminder: Consonant finals are not included in reduplication.)

Thus: kayamután........kinayáyamután
ikalugód...........ikinalúlugód
ipalinis,...........ipinalílinis
ipagbiii............ipinagbíbilí
paturuan..........pinatúturuan

b. Past tense — Simply insert -IN- between the first consonant of the infinitive and the vowel following.

Thus: kayamután ....kinayamután
ikalugód...........ikinalugód
ipalinis...........ipinalinis
ipagbilí...........ipinagbilí
paturuan...........pinaturuan

c. Future tense — Reduplicate the first syllable of the word-base.

Thus   kayamután........kayayamután
ikalugód...........ikalúlugód
ipalinis...........ipalílinis
ipagbilí...........ipagbíbili
paturuan...........patúturuan

SENTENCES

The following sentences aim to illustrate the uses of some of the verbs used in explaining the different types of conjugation in Tagalog. The illustrative sentences may thus help expand the learner's vocabulary.

1. **Under the Conjugation in UM:**

Sila'y maagang umalís.   They left early.

94

Áalis na ba kayó?	Are you leaving now?
Sumúsulat siyá ng isáng aklát.	He is writing a book.
Umurong ka nang kauntî.	Move back a little.

2. **Under the First Conjugation in MA-, MAG-, MANG-**

Hindî ko mabasa ang sulat mo.	I cannot read your writing.
Masásamahan mo ba akó?	Can you accompany me?
Nagbigáy siyá ng piso para sa ampunan.	He gave one peso for the orphanage.
Nagkákantahan ang mga batà. Masayáng-masaya silá.	The children are singing. They are very jolly.
Matútulungan ba ninyó kami?	Can you help us?
Arúy! Nátatapakan mo ang paa ko.	Ouch! You are stepping on my foot.

3. **Under the Second Conjugation in MA-, etc.**

Siyá'y malimit magkasakit.	He often gets sick.
Magkagalít ba kayóng dalawá?	Are you two angry with each other?
Huwág mo siyáng intindihín; nagmámagaling lamang siyá.	Do not pay attention to him; he is just showing off.
Napaluhod akó sa pagpanaog sa hagdán.	I fell on my knees in coming downstairs.
Nagkakásundô siláng mabuti.	They are getting along together very well.
Nakipagsuntukan siyá sa daan.	He engaged in a melee in the street.

4. **Under the Third Conjugation in MA-, MAG-, MANG-**

Mangagsiuwî na kayó.	Go back to your homes now.
Mapanganib dito. (panganib.....danger)	It is dangerous here.

| Nangagpapatiwakal ba kayo? | Are you committing suicide? |
| Marami sila, kakauntî kayo. | They are many, you are very few. |

5. **Under the Conjugation in PA-.**

| Pasasa-Singapor sila bukas. | They are going to Singapore tomorrow. |
| Napasama ako sa kanya sa terminal. | I asked him to accompany me to the terminal. |

6. **Under the First Conjugation in IN or NI.**

Sinusulatan ko silang madalas.)	I write to them often.
Sila'y sinusulatan kong madalas.)	
Inagahan niya ang pagpunta sa opisina kahapon.	He made it a point to go to office early yesterday.
Ibigin mo man o hindî, anak mo na iyan.	Whether you like it or not, that is already your child.
Isaulo mong mabuti ang tulâ.	Memorize the poem very well.
Kinikilala kong utang na loob ang iyong tulong sa akin.	I acknowledge the help you extended to me as a debt of gratitude.
(utang na loob ....,..... debt of gratitude)	
(walang utang na loob.. ....ungrateful)	
Huwag mo kaming lilimutin.	Do not forget us.

7. **Under the Second Conjugation in IN or NI**

Kinawiwilihan kong basahin ang kanyang mga tulâ.	I find interest in reading his poems.
Ikinalulugod kong makilala ka.	I am delighted to know you.
Ipinagbibili ba ang bahay	Is that house for sale?

na iyón?

Paturuan mo siyá ng Tagalog. — Have him taught Tagalog.

Ipinalinis mo na ba ang kuwarto? — Have you ordered the room cleaned?

———————*****———————

READINGS FOR PRACTICE

(With Vocabulary Lists)

KASAYSAYSAYAN NG PILIPINAS
(Philippine History)

ANG PAGDATING NI MAGALLANES SA LIMASAWA

Napapaniwalà ni Fernando Magallanes (isang nabiganteng Portugés) si Carlos I ng España na maaari siyang makakita ng isang bagong ruta patungong Silangan, sa pamamagitan ng paglalayág na patungong Kanluran at maaari din siyang makátuklás na isang lágusan buhat sa Atlántiko patungong Pasípiko.

Kayâ siya'y hinirang upang pamahalaan ang isang plotang Kastilà na binubuô ng limáng barko. Ang paglayag niya'y nagsimulâ sa San Lucar, España, noong 1519. Ang plota'y lumayag na patungong kanluran, at pagkatapos ay timog-kanluran patungong Timog Ame-

101

rika. Pagkatapos ng mahigit na santaóng paglayag, si Magallanes ay nakátuklas ng isang lágúsang papalabás sa Karagatan ng Pasípiko, na ngayó'y tinátawag na **Strait of Magellan.** Noón ay Oktubre, 1520.

Apat na buwán halos ang ginugol ng plota sa pag-bagtas sa Pasípiko. Noong Marso 16, 1521, nátanaw ng mga Kastilà ang pulô ng Samar. Noóng Marso 17, silá'y lumunsad sa munting pulô ng Homonhon, sa timog ng Samar, at pagkatapos ay tumigil silá sa pulô ng Lima-sawa, isáng bayan-bayanang may 5 milyang parisukát, sa may dulong timog ng Leyte.

Hindî násasabi sa kasaysayan kung sino ang punô noón sa Limasawa. Maáaring si Mankao na nunò ni Bankau. Nguni't marahil ay may limáng ásawa siyá dahil sa ang ngalan ng lupang kanyáng nasásakupan ay Limasawa, pinaikling salitâ na katumbás ng "limáng asawa" (**five spouses**).*

Huwebes ng umaga nang makita ng mga nanínirahan sa Limasawa ang mga Kastilà sa harapán ng kaniláng baranggáy. Upang matawag ang pansin ng mga tao ro-ón, ang mga bagong dating ay naghagis sa tubig ng mga kutsilyo at mga salamin sa mga tablang naglutang. Sinagíp ng mga katutubò ang mga iyón, at sa malaking tuwâ nilá sa ipinakitang pagkikipagkaibigan ng mga Kastilà ibinalità nilá sa kaniláng punò ang kaniláng nakita.

Ang punò ng Limasawa, taglày ang kanyáng kilos-harì, ay nakipagkita kay Magallanes. Ipinagpara galan ng nabiganteng Portugés ang mga lamán ng kanyáng barko: mga baluti, kalasag, espada, mga mapa atb. Ipi-naliwanag din niyá na siláng mga Kastilà ay nanggaling sa kabiláng panig ng mundo. Hangang-hangà ang mga katutubò. Kinábukasan, ang punò ng Limasawa ay nag-

---

*In Tagalog, the word **asawa** is a generic term applicable to either the husband or the wife.

handog sa mga Kastilà ng tatlong malalaking tapayang porselana na punô ng bigas, dalawáng malalakíng isdâ, at mga prutas. Kinábukasan ay inanyayahan niyá silá sa kanyáng táhanan, na isáng palasyong yarì sa pawid, at silá'y inahinan ng masasaráp na pagkain, gaya ng litson, mga matamís, atb. Noó'y Biyernes Santo, at sandalíng nakalimutan ng mga Kastilà ang ayuno at dipagkain ng karne. Ang mga plato ay yarì sa marikit na porselana.

Katulong ng punò sa paglibáng sa mga panauhin siná Kolambu at Siagu, dalawáng prínsipeng may mahabang buhók na malagô at mabangó. Ipinalagáy ng mga Kastilà na ang mga katutubò ay mayaman at ang palasyong yarì sa pawid ay saganà sa gintô.

Vocabulary

napapaniwalà	was made to believe
ruta	route
Silangan	East
Kanluran	West
hinirang	appointed
santaón	one year
atb.	etc. (Abrev. of at ibá pa 'and others')
plota	fleet
pagbagtas	crossing
katumbas	equivalent
5 milyang parisukát	5 square miles
punò	chief, chieftain
punô	full
litson	roast pig
baluti	armor
pawid	nipa
inahinan	served
Biyernes Santo	Good Friday

* * *

ANG UNANG MISA SA PILIPINAS

Umagang-umaga ng Linggó ng Muling Pagkabuhay, ika-31 ng Marso, 1521, ang unang Misa sa Pilipinas ay idinaos sa dalampasigan ng Limasawa. Ang nagmisa ay si Padre Pedro Valderrama. Isá siyáng banál na parì na tubò sa Ecija. Siyá ang punò ng anim na parì pang nagkusang-loób na sumama sa paglalayág. Isá siyáng paring seglar.

Inihandáng maigi ang poók para sa banál na seremonya. Isáng pansamantaláng altar ang itinayô, at ang maliwanag at kaayaayang langit sa dakong silangan ang nagsilbíng duyo kung bagá sa tanghalan.

Dumaló rin ang dalawáng magiliw na prínsipe na siná Kolambu at Siagu. Magilíw na niyakap nilá si Magallanes at ito'y ipinagitnâ nilá sa paglakad na patungo sa pagdarausáng poók.

Bago sinimulán ang Misa, ang dalawáng prínsipe ay winisikán ni Magallanes ng tubig na may pabangó.

Buóng galang na nakaluhód ang dalawáng prínsipe at ang mga katutubò, taglá'y ang bahagyáng pagkaunawâ sa kahulugán ng seremonya.

Nang sandalî ng Konsagrasyón, pinaputók ng mga

Kastilà ang mga kanyón sa kanilang mga barko. Ang pagkakátaón ay tunay na nakabábagbág. Nang matapos ang Misa, ilán sa mga Kastilà ang nagkomunyón.

Vocabulary

Linggó ng Muling ...... Easter Sunday
  Pagkabuhay
mga katutubo .... natives
winisikán .... sprinkled
pansamantaia' .... temporary
nakabábagbag .... moving
nagsilbing duyo .... served as background
tanghalan .... stage

* * *

PAGLILIBOT
(Touring)
MGA KAWILI-WILING POOK SA PILIPINAS
(Interesting Places in the Philippines)

1. MAYNILA — TAGAYTAY

Tatlong Araw na Pagliliwaliw
Para sa mga Turista

Unang Araw — Pagdating mo sa Manila International Airport, sasalubungin ka ng mga tanging taga-tanggap o **receptionists**. Dadalhin ka sa iyong otel. Doon ka magpaparaan ng gabi.

Ika-2 Araw — Aalis ka sa otel upang libutin ang Maynila, pati ang Intramuros (**Walled City**) para makita ang mga naiwang palatandaan ng matandang Espanya: mga lumang pader ng unang panahon, mga guhong simbahan at kumbento ng mga madre, ang San Agustin na pinakamatandang simbahang bato sa buong Pilipinas; ang Katedral ng Maynila, at ang makasaysayang Fort Santiago. Magbuhat sa Matandang Maynila, ang paglibot ay babagtas ng Ilog Pasig, patungo sa purok ng negosyo, tuloy ng Palasyo ng Malacañang, tahanang opisyal ng Pangulo ng' Pilipinas. Ang kasunod na pupuntahan ay ang Unibersidad ng Santo Tomas, pinakamatandang paaralan sa buong bansa, tuloy sa Abenida Taft, daraan ng Rizal Park patungo sa Roxas Boulevard sa baybayin ng Look ng Maynila. Paglabas ng siyudad patungong Tagaytay, ang daraanan ay mga karaniwang tanawing Pilipino na naglalarawan ng buhay sa mga nayon, kasama na ang mga pambihirang bagay na gaya ng salambaw sa Parañaque, gawaan ng dyipni at mga

Ang organong kawayan (Bamboo organ)

asinan sa Las Piñas, dito'y titigil sandalî upang panoorin ang bantóg na Organong Kawayan **(Bamboo Organ)** na ginawâ noóng 1821. Patuloy ang takbo'ng sasakyang naglálagós sa mga nayon, mga palayan, at hálamanán ng mga punong namúmunga, hanggang sa wakás ay dumatíng sa Bulúbundukin ng Tagaytay, 2,250 talampakan ang taás mulâ sa kapatagan ng dagat. Mulâ roón'y mátatanáw ang marikit na tánawin ng Lawà ng Taal at Bulkang Taal. Ang mga pasalubong na libangan ay mga matatandáng sayáw, sabong na maáaring ihandâ para sa mga turista. Pagkatapos ay bábalik na sa Maynilâ para matulog.

Ika-3 Araw — Malayang oras para sa iyóng pamamahingá't paglilibáng-libáng o pamimilí ng mga pasalubong bago pumuntá sa Airport.

Vocabulary

mga guhóng simbahan.. ruined churches
makasaysayan .... historical
simbahang bató .... stone church
sabong .... cockfight
mga nayon .... villages
naglálagós .... going through

2. MAYNILÀ — PAGSANGJAN

Unang Araw — Dating sa Maynilà at paglipat sa otél. Magpaparaan ng gabí sa Maynilà.

Ika-2 Araw — Maghapong paglalakbáy patungong Pagsangjan. Aalís sa otél upang tumungo sa lalawigan ng Laguna. Ang dáraanan ay mga bukid na natatamnan, mga tániman ng niyóg at tubo', hanggang sa dumatíng sa bayan ng Pagsangjan,—isáng bayang kawili-wili. Ang siglá'y mag-íbayo kung makasakáy na sa mga bangkâ na sinásagwanán ng mga magagalíng mamangkâ habang naglalakbay sa ilog. Mga tánawing hindî malílimot ang ma' papanood: mga baybaying saganà sa mga palmera, mga halamáng naggugubat na nagsisitubò sa mga gilid ng banging 300 tálampakan ang taas, na manaka-nakáng sinásalitán ng malíít na talón at labing-apat na kasangáng ilog na pagkábibilís ng agos hanggang sa mga pángunahíng talón. Ang pagsalunga sa matutuling agos na itó ay totoóng nakatútuwâ. Maáaring kumain ng pananghalian sa alinmán sa mga nakatayong páhingahan sa gilid ng ilog. Pagkatapos ay bábalík sa Maynilà, tuloy sa otél. Dito magpaparaan ng gabí.

Ika-3 Araw — Sa umaga, paglilibót sa buóng Maynilà, gaya ng sinásabi sa ika-2 araw sa sinúsundang páhina. Ang lipád na papaalís ay sa hapon.

Vocabulary

maghapon	whole day
paglalakbáy	travel
tániman ng niyóg	coconut plantation
bangkâ	small boat; canoe
sinasagwanán	paddled
manaká-nakâ	occasionally
tubo'	sugarcane
talón	falls
matutuling agos	rapid current

panananghalian .... lunch
gilid .... edge
páhingahan .... lodge

---

3. MAYNILÀ — ILOILO — CEBÚ — ZAMBOANGA

(6 na Araw na Paglalakbáy)

Unang Araw — Datíng sa Maynilà at hatíd sa otél.

Ika-2 Araw — Aalís sa Maynilà patungong Iloilo City lulan ng eruplanong PAL. Ang Iloilo ay bantóg sa kanyáng mga damít na "jusi" at "piña", na ginagámit sa paggawâ ng maririkít na **handbags,** at mga set para sa mesa, at Barong Tagalog at damít-Pilipina—mga pambihirang pasalubong sa pag-uwî. Ang mga mákikita sa Iloilo: Plaza Libertad, ang Anhawan Beach, at ang simbahang-kutà sa Miagao na itinayô noong ika-18 siglo. Gayón din ang Purók ng Arévalo: nároon ang mga habihán ng "jusi" at "piña", mga koleksiyon ng **antiques.** Ang tulog ay sa Iloilo.

Ika-3 Araw — Aalís sa Iloilo patungong Siyudad ng Cebú, na pinakamatandâ sa buóng Pilipinas. Maghapong paglalakbáy upang mákita ang Mactan. Dito namatáy ang matapang na Portugés na si Fernando Magallanes sa mga kamáy ni Lapulapu. Dadalawin din ang Fort San Pedro Zoo, ang mga bahay-pamahalaan ng Siyudad ng Cebú at ng lalawigan; ang Krus ni Magallanes, ang Basilica Minore ng San Agustin (na kinálalagakan ng imahen ng Santo Niño, pinakamatandáng relikiya sa buóng bansâ), ang Colon Street (pinakamatandâ sa Pilipinas), at ang mga purók na residensiyal. Ang tulog ay sa Cebú.

Ika-4 na Araw — Aalís sa Cebú patungong Zamboanga, ang "Siyudad ng mga Bulaklak".

110

Ika-5 Araw — Mga pupuntahang lugar: Muslim Rio
Hondo Village, Fort Pilar, Pasonanca Park, Bar-
rio Santa Maria's "Bougainvilla" Avenue, ang
Taluksangay Samal Village, ang "Fishmarket" at
gawaan ng mga yari sa kabibe (shellcraft). Da-
lawang gabi sa Zambonga City.

Ika-6 na Araw — Sa umaga, lipad na pabalik sa May-
nila. Pagdating sa Maynila, pagpapahinga at
paghahanda sa pag-alis sa hapon.

Vocabulary

pasalubong .... gift(s)   for reltives and
                        friends upon return
habihan .... loom
simbahan-kuta .... fortress church
pinakamatanda .... oldest
imahen .... image
kinalalagakan .... depository
relikiya .... relic
gawaan .... shop, factory
pagpapahinga at pag-
    hahanda .... resting and preparation

MGA KUWENTONG BAYAN
(Folk Tales)

ANG KASAYSAYAN NG A-B-C*
(The ABC Story)

May isang mag-asawang nakatira sa isang nayon.
Sila'y may isang anak na ang ngalan ay Juan. Sunod
ni Juan ang kanyang gusto palibhasa'y bugtong na anak
siya.

Nang pitong taon na siya, siya'y ipinasok sa isang
paaralan. Nguni't si Juan ay talagang walang hilig sa

---

*Pronounced AH - BEH - THEH, the first three letters of
the Roman alphabet.

111

pag-aaral. Walâ pang isáng buwán, ayaw na niyáng pumasok sa klase.

Nguni't ayaw niyáng málaman ng kanyáng mga magulang na siyá'y hindî na pumápasok. Ibig niyáng isipin nilá na siyá'y nag-áaral pa.

Tuwing umaga, siyá'y nagtútungo sa isáng malapit na gubat sa halip ng sa kanyáng klase. Dalá niyá ang kanyáng baon. Nilálarô niyá ang mga palakâ at mga kitikití na parang siyá'y nagkáklase. Siyá ang gurò at silá ang kanyáng mga tinúturuan. Paulit-ulit na binibigkás niyá ang tatlóng titik na kanyáng nátutuhan. "A-B-C," ang winiwikà niyá. Ganyán nang ganyán ang kanyáng ginawâ sa loob ng iláng buwán.

Minsan, habang siyá'y nakaupô sa lilim ng isáng punungkahoy, nákita niyáng may dumárating na mga tulisán. Dalá nilá'y isáng sako na punô ng salapî. Parang mabigát ang dalá niláng sako. Itó'y kaniláng ibinaón at sakâ nagsialís.

Sabík na sabík si Juang málaman kung anó ang lamán ng sako. Tinungo niyá ang pinagbaunán at ang sako ay kanyáng hinukay. Námanghâ siyá sa kanyáng nákita! Salapî, maraming salapî ang lamán ng sako! Kinuha niyá ang kanyáng malaking takbá na pinagsidlán niyá ng kanyáng baon. Iyón ay pinunô niyá ng salaping nanggaling sa sako. Pagdating niyá ng bahay, sinabi niyá sa kanyáng amá't iná na siyá'y isáng gurò na at malakí ang kanyáng suweldo.

Nang bumalik ang mga tulisán kinábukasan, nákita niláng nabawasan ng malakí ang salaping nasa sako. Silá'y nag-abáng. Nang dumating si Juan sa gubat, siyá'y umakyát sa isáng punô at sumigáw nang sumigáw. Ang isinisigáw niyá'y "A-B-C, A-B-C". Dinakip siyá ng mga magnanakaw at siyá'y iginapos. Nguni't sa halip ng umiyák, walâ siyáng ginawâ kundî bumulóng nang bumulóng na ang winiwika'y "A-B-C, A-B-C". Nagkunuwang siyá'y nasisiraan ng isip. Nag-anyô siyáng nasisiraan ng bait. Kahit anó ang itanóng sa kanya, ang lagi niyang sagot ay "A-B-C, A-B-C." Sa paniniwalang siya'y naúulól, pinakawalán siyá ng mga magnanakaw.

Siya'y umuwing nangangatóg sa takot. Nákilala niyang hindî mabuti ang ginawâ niyang panloloko sa kanyáng mga magulang. At sapagká't pinakinabangan niya áng kanyang "A-B-C", nákita niyang mabuti palá ang may kaunting nálalaman. Kaya't mulâ noón ay nagka-roón na siyá ng hilig sa pag-aaral. Nag-aral siyáng ma-buti upang mátuto. At nabuhay siyáng maligaya sa pi-ling ng kanyang mga magulang

---

Vocabulary

sunód ang kanyáng gustó	could have his way
bugtóng na anák	the only child
palakâ	frog
kitikití	tadpole
námanghâ	was surprised
baon	provision
pinunô	filled
takba'	a rattan trunk
kinábuksan	the next day
suweldo	salary
magnanakaw	robber
tulisán	bandit
mag-asawa	couple
mga magulang	parents
nag-anyô	assumed the appearance of
nasísiraan ng baít	
nasísiraan ng isip	crazy, mad, demented
naúulól	
pinakawalán	was set free
sabik na sabík	very eager
mulâ noón	from then on
sa piling	by the side
sa paniniwalang siya'y naúulól	in the belief that he was crazy

****

SI JUAN TAMAD AT ANG KAPRE
(Lazy Juan and the Giant)

Si Juan ay isáng tamád na magbubukid. Walâ siyáng sariling lupà. Nakíkisamá lamang siya. Kahit na mayroón siyáng aanihing palay, ayaw niyáng gumawâ. Lagi siyáng nasa lilim. Pinabábayaan niyáng gumawâ ang kanyáng mga kasamá. Tuwing mágigising siyá sa umaga, ang sinasabi niya'y "Bukas ko na tátapusin ang gáwain ko sa bukid." Kinábukasan, siyá'y híhilig na namán sa lilim ng isáng malakíng punò at doón magpáparaan ng oras. Madalás na siyá'y nákakatulog doón.

Minsan, nang mágisíng siyá sa gayóng pagkákatulog, may nákita siyáng isáng nápakalakíng tao na natútulog din sa lilim ng ibá namáng punò. Noón lamang siyá unang nakákita ng gayón kalakíng tao. Malakí ang ulo, mahahabà ang tainga, may bonete sa tuktók. Ang mga hità ay mahahabà at kasinlakí ng mga punungkahoy. At ang kanyáng mga paa ay parang mga paa ng kabayo. Ang tawag ng mga matatandâ sa gayóng malakíng tao ay kapre.

Nilundág ni Juan ang nakahigang kapre at kumapit siyá sa leeg nitó. Biglá́ng nágisíng ang kapre at biglâ ríng tumakbó.

"Bumitíw ka sa leeg ko," ang sabi ng kapre kay Juan.

"Kung ibíbigáy mo sa akin ang iyóng bonete," ang sagót niyá.

Ayaw pumayag ang kapre. Pagtátawanán siyá ng kanyáng mga kasamang kapre pag nákitang walâ siyáng bonete. Ang ibinigáy na lamang niya' kay Juan ay isáng panyô. At itó ang kanyáng sinabi:

"Ang panyong itó ay iladlád mo kung takipsilim na, at humiling ka ng anó mang ibig mo."

Sabík na sabík si Juan na málaman ang hiwagà ng panyô. Nang lubóg na ang araw at dumídilim na, iniladlád niya' ang panyô. Noón din ay lumitáw ang kapre.

"Anó ang iúutos mo?" ang tanóng agád.

114

"Ibig kong magapas agád ang palay sa aking bukid," ang wikà ni Juan. "Pagkatapos, ibig kong ang palay ay malugás agád. Kailangang iyán ay tapós na bukas ng umaga. Pag hindî, magágalit ang aking panginoon."

"Oo," ang sagót ng kapre. "Nguni't magpatáy ka ng isáng kalabáw upang may mákain akó at ang aking mga kasama. Patútulong akó sa kanila."

Kinábukasan, nagtaka' ang mga kasamá ni Juan sa kanilág nákita. Tapós na tapós ang kanyáng gáwain sa bukid. Ang lahát ay máayos. Tuwáng-tuwâ ang kanyáng panginoon. Nguni't pinabayaran sa kanya' ang kalábaw na kanyáng piñatáy.

Vocabulary

aanihin	to be harvested
nakikisamá	works as industrial partner
minsan	once
pinabábayaan	neglects
nilundág	leaped on
punò, punungkahoy	tree
pagtátawanán	will be laughed at
nakahigâ	lying down
panyô	handkerchief
iladlád	unfold
takipsilim	twilight
hiwagà	mistery
lubóg na ang araw	the sun has set
tapós na tapós	completely finished
noón din	right then and there

ANG ALAMÁT NI BERNARDO CARPIO
(The Legend of Bernardo Carpio)

Kung ang mga Hudyo ay may kanilág Golem, ang mga Pilipino ay may kanilág Bernardo Carpio. Kahit noóng munting batà pa, si Bernardo Carpio ay bantóg na sa kalákasan. Noóng siyá ay gumágapang pa lamang,

nabúbunot niyá ang mga pakò ng sahíg. Ang mga pu-
nungkahoy ay nabúbunot niya na parang waláng anu-
mán. Ang lakás niya ay katulad ng lakás ni Hérkules
sa mitolohiya.

Ayon sa sabi, si Bernardo Carpio ay nábibilanggô
sa bundók ng San Mateo, isáng bayan sa lalawigan ng
Rizal. Nakatanikalà pá raw siyá roón. Pag lumílindól
nang malakás, ang ibig daw sabihin ay nagpípiglas si
Bernardo Carpio sa pagkakágapos, káyâ ang mundo ay
naúugâ.

Untî-untî nang lumílipas ang alamát na ito, baga-
mán marami pa ring naníniwalà, lalò na ang mga ma-
tatandâ.

Vocabulary

kahit noóng mun-   ..... even when still a child
    ting batà pa
bantóg .... famous
gumágapang .... walking on all fours
nabúbunot .... can pull out
nakatanikalà .... in chains
lumílindól .... there is an earthquake
nagpípiglas .... struggling to be free, as one
                                        bound with a rope
bagamán .... although
lalò na .... especially

ANG KASAYSAYAN NI KUNDIMAN
(The Story of Kundiman)

Sa isáng kaharián ay may isáng binibining ang nga-
la'y Kundiman. Hindî namán siyá magandáng-magandá,
nguni't kilala siya ng halos lahát sa buóng bayan. Na-
bantóg siyá dahil sa kanyáng matamís at malambíng na
tinig. Ang awit niya'y nakaáakit sa maraming tao. Ma-
ging ang mga hayop ay naáakit ng kanyáng pag-awit.
Nguni't si Kundiman ay kung gabi lamang umáawit.

Bakit? Sapagka't kung araw, siya'y maraming ginágawâ. May inaálagaan siyáng halaman sa paligid ng kaniláng kamalig. Ang bulaklak niyón ay putî at maliliit, nguni't ang bangó ay humáhalimuyak. Sa gitnâ ng mga halamang iyón ay mayroón siyáng isáng úpuang kahoy. Doon sîya umúupô, lalô na kung maliwanag ang buwán, at doon siyá umáawit.

Isáng araw, habang dinídilíg niyá ang mga halaman, nakárinig siyá ng mga yabág na papalapit. Parang mga yabág ng isáng malaking kabayo. Pamaya-maya'y dumating ang isáng prínsipe.

"Kundiman," ang wikà ng prínsipe, "halika't sumakáy ka sa aking kabayo. Púpunta tayo sa palasyo. Ibig kang mákita ng harì."

Takáng-takâ si Kundiman.

"Huwág kang mágugulat. Nábalitaan ng harì ang gandá ng iyóng tinig. Nábalitaan niyá ang matamís mong pag-awit. Kung may páligsahan sa pag-awit, ang laging nagtátagumpáy ay taga-lalawigan. Tayong mga taga-lunsód ay hindî na nanalo kahit minsan. Ikáw ang ilálahók namin sa súsunód na páligsahan."

"Nguni't akó po'y ..." ang násabi na lamang ni Kundiman.

"Huwág kang sumuwáy sa kagustuhan ng harì. Halina," ang wikà ng prínsipe.

Nang dumating silá sa palasyo, ang nangároong mang-aawit ng harì ay nagsilabì sa ayos ni Kundiman. Paano'y hindî magarà ang kanyáng damít. Si Lulay na punò ng mga mánganganta' ay sumímangot pa.

Pinabihisan ng harì si Kundiman. Ibig na sanang siyá'y pakantahin, nguni't sinawáy ng prínsipe.

"Sa gabí po lamang kumákanta' si Kundiman," ang wikà niyá. Kaya't naghintáy ang harì.

Araw-araw ay nagsásanay ang mga mánganganta' ng harì nguni't hindî sumásama sa kanilá si Kundiman. Dahil doón siyá'y isinumbóng sa harì. Nguni't náalaala ng harì ang sinabi ng prínsipe.

Kinágabihán, si Kundima'y ipinatawag ng harì.

118

"Umawit ka ngayón," ang wikà niyá sa binibini. "Awitin mo iyóng lagì mong ináawit sa iyóng halamanán."

At umawit si Kundiman. Ang lahát ay humangà. Patí mga hayop ay nagsilapit upang siyá'y pakinggán. Sa tuwâ ng harì, siyá'y lumapit kay Kundiman, at sinabi: "Ngayó'y hindî na Kundiman ang itátawag sa iyó. Mulâ ngayón ay **Dama de Noche** na ang ngalan mo."

Gaya ng dapat asahan, si Kundiman ang nagtagumpáy nang sumunód na páligsahan. At sa malakíng inggít ni Lulay, si Kundiman ay ipinatukâ sa ahas. Kayâ nang umagang daanan ng prinsesa si Kundiman upang mamasyál, nákitang siyá'y patáy na.

Ang buóng palasyo ay nagluksâ. Ang bangkáy ni Kundiman ay doón inilibíng sa gitnâ ng kanyáng hálamanán. At mulâ noón, ang mga bulaklák ng mga halamang iyón ay lalong naging mabangóng-mabangó kung gabí. At bilang parangál kay Kundiman, ang halaman ay tinawag na **Dama de Noche** o Diwatà ng Gabí.

Vocabulary

kaharián	kingdom
kundiman	name of a Tagalog love song
kilalá	known
halos lahát	almost all
nakaáakit	attracts
halaman	plant
bangó	fragrance
humáhalimuyak	emitting fragrance
úpuang kahoy	wooden seat
umáawit	sing (s)
dinídilíg	watering (as plants)
yabág	footfall
papalapit	approaching
pamayá-mayâ	a little later on
harì	king
takáng-takà	very much surprised

palígsahan	contest
kamalig	barn
sa paligid	around
kung gabí lamang	only at night
nanalo	won
ilálahók	will be entered as a participant
kahit minsan	even once
sumuwáy	disobey
kagustuhan	wish
halina	come now
nagsilabì	pouted
sumimangot	made faces at
punò	leader
ipinatạwag	was sent for
inilibing	was buried
ahas	snake
humangà	admired
dama de noche	lady of the night

* * *

Dr. Jose Rizal

TALAMBUHAY
(Biography)

SI JOSÉ RIZAL: BAYANING PAMBANSÂ
NG PILIPINAS

Si José Rizal, bayaning pambansâ ng Pilipinas, **ay** ipinanganák sa Kalambâ, Laguna, noóng ika-19 ng Hunyo 1861. Ang mga magulang niyá ay siná Francisco Mercado Rizal at Teodora Alonzo Realonda. Ikapitó siyá **sa** magkakapatíd.

Ang una niyáng guró ay ang kanyáng iná. Nátuto siyáng bumasa at magdasál. Nang lumakí-lakí na siyá, siyá'y dinalá sa Binyáng, isáng bayang nasa Laguna rin, at pinaturuan siyá sa isáng guró roón na ang ngala'y Justiniano Aquino Cruz.

Madalî siyáng nátuto. Iláng buwán lamang ay pinauwî na siyá sapagka't walâ nang maiturò sa kanyá ang gurò.

Pagkatapos ay dinala siya sa Maynilà. Ipinasok siya sa Ateneo de Manila, ang bantog na paaralan ng mga Hesuwita. Limang taon siya roon. Natamo niya ang titulong **Bachelor of Arts** noong 1887. Pawang **Excellent** ang kanyang mga naging marka sa koléhiyo.

Noon ding 1887 siya'y lumipat sa Unibersidad ng Santo Tomás. **Philosophy and Letters** ang kinuha niya roon. Nguni't nagpatalá rin siya sa Ateneo para sa kursong **Surveying**, sapagka't iyon ang ibig ng kanyang ina. Dahil sa paglabò ng mga mata ng kanyang ina, kumuha siya ng medisina. Nguni't hindi siya nagtagal sa Santo Tomás.

Lihim na umalis siya at nagtungo sa Europa. Ang tanging nakaaalam ay ang kapatid niyang si Paciano na matandâ sa kanya.

Nakatagpo niya sa Barselona at sa Madrid ang maraming Pilipino, kabilang sina Marcelo del Pilar, Antonio at Juan Luna. Naging kaibigan niya sina Maximo Viola at si Valentin Ventura.

Sinikap niyang matutong mabuti ng paggamot at pag-ópera sa mata. Nagmasid siya sa klinika ng mga bantog na doktor sa mata sa Paris at sa Alemanya. Sa kanyang malalayang sandali siya'y nagsúsulat. Sa ganyang paraa'y natapos niyang sulatin ang dalawang nobelang **Noli Me Tangere** at **El Filibusterismo**.

Makalawang nagtungo siya sa Europa. Nang kanyang huling pagbabalik, siya'y ipinadakip at ibinilanggô sa Fort Santiago. Ang sakdal laban sa kanyá ay paghihimagsik laban sa pamahalaan at pagtatatag ng mga bawal na kapisanan. Ang dalawang nobela at ibá pang mga sinulat niya ay ginamit na mga patunay laban sa kanya.

Isang paglilitis militar ang ginanap. At bagaman mahusay ang ginawang pagtatanggól sa kanya ng opisyál na Kastilang naging abogado niya, siya'y hinatulang barilin.

Binaril siya sa Luneta noong umaga ng ika-30 ng Disyembre, 1896. Iyan ang maikling talambuhay ni Dr.

José Rízal.

———————

Vocabulary

ipinanganák .... was born
nagpatalâ .... enlisted, matriculataed
paglilitis .... trial
paghihimagsík .... rebellion
bawal na kapisanan ...., forbidden association

* * *

"Margarita! Dahil sa pagkamalapit ng loob mo sa mga mahihirap, naipakita mo kung paanong ang salapi ay magagamit upang maipadama ng Diyos sa tao ang Kanyang kalinga. Ganyan ang kasaysayan ng iyong buhay!"

Ganyan daw, humigit-kumulang, ang mababasa sa takip ng libingan ni Margarita Roxas de Ayala. Iyon ay nasa kapilya ng Mahal na Birhen sa Simbahan ng San Agustin sa Intramuros, Maynila. Namatay siya sa maagang gulang na apatnapu at tatlong taon noong 1869. Daan-daang tao ang sumaksi sa kanyang libing. Bakit ganoon na lamang ang pagmamahal sa kanya ng mga tao?

Bagaman si Margarita ay anak ng isang mayamang komersiyante, ang kanyang salapi ay hindi niya iniukol sa kanyang sarili lamang. Sa kanyang bahay lamang siya nakapag-aral sa pamamahala ng isang upahang guro. May natutuhan siya, nguni't kaunti lamang. Nagbasa siya nang nagbasa upang maragdagan ang kanyang nalalaman.

Noon ay walang mabubuting paaralan sa Pilipinas para sa mga batang babae. Kaya si Margarita ay sumulat sa mga Hermana de la Caridad sa Espanya. "Parito kayo," aniya, "parito kayo sa Pilipinas at magbukas ng isang paaralan para sa mga batang babae. Bibigyan ko kayo ng isang gusali."

Pumayag ang mababait na madre. Nang dumating sila sa Maynila, binigyan sila ni Margarita ng isang gusali. Iyan ang simula ng ngayo'y bantog na kolehiyong La Concordia. Doon nag-aral ang isang kapatid na babae ni Rizal na nagngangalang Olimpia. Doon din nag-aral si Segunda Katigbak na naging matalik na kakilala ni Rizal.

Lubhang matulungin si Margarita. Laging tumátanggap ng tulong ang mga mahihirap na lumalapit sa kanya. Dahil sa malaking awa niya sa mga mahihirap, nagbukas siya'ng isang buluwagan sa Ospital ng San Juan de Dios para sa mga maralita. Doo'y tinatanggap nang walang bayad ang mga mahihirap na may karamdaman.

Kung dumadalaw siya sa Ospital, ayaw niyang siya'y samahan pa ng isang madre. "Hindi bale," wika niya. "Makapaglilibot na akong mag-isa. Lalo kang kailangan ng mga maysakit." At nililibot niya ang lahat ng silid ng mga maysakit.

Nag-abuloy siya ng mga kagamitan at salapi sa Ospital upang may maibili ng gamot para sa mga mahihirap na ipinapasok doon.

Ang buhay ni Margarita ay may isang magandang aral para sa kababaihan ng Pilipinas. Sana'y matularan nila ang kanyang magandang halimbawa.

Vocabulary

mahihirap	the poor (collectively)
salapi	wealth, money
maipadama	to make felt
kasaysayan	history, story
kalinga	protection, care
ganyan daw	such, they say
dahil sa	because of
humigit-kumulang	more or less
pagmamahal	affection
natutuhan	learned
magbukas ng isang pa-aralan	to open a school
gusali	building
lumalapit sa kanya	coming to her
simula	beginning
nangangalang Olimpia	named Olimpia

matalik	intimate
kakilala	acquaintance
buluwagan	ward, hall
karamdaman	illness
maysakit	patient
may sakít	sick
kagamitán	article (s)
kailangan	need, needed
paglilibot	act of going around
gamót	medicine
samahan	accompany
kababaihan	women folk, womanhood
matularan	be able to emulate
magandáng aral	beautiful lesson
halimbawà	example

* * *